கோபுரத் தற்கொலைகள்

ஆ. சிவசுப்பிரமணியன்

பரிசல் புத்தக நிலையம்
216, முதல் தளம், திருவல்லிக்கேணி நெடுஞ்சாலை
திருவல்லிக்கேணி, சென்னை 600 005.
தொடர்புக்கு : 93828 53646 | parisalbooks@gmail.com

கோபுரத் தற்கொலைகள்

© ஆ. சிவசுப்பிரமணியன்

முதற் பதிப்பு : **டிசம்பர் 2007** (மாற்று வெளியீட்டகம்)
திருத்தப்பட்ட இரண்டாம் பதிப்பு : **டிசம்பர் 2019**

வெளியீடு : பாரிசல் புத்தக நிலையம்
216, முதல் தளம், திருவல்லிக்கேணி நெடுஞ்சாலை
திருவல்லிக்கேணி, சென்னை 600 005.
செல் நம்பர் : **93828 53646**
மின்னஞ்சல் : parisalbooks@gmail.com

நூலாக்க விபரம்: 1/8 டெம்மி, 18.6 கி. மேப்லித்தோ, 104 பக்கங்கள்
அட்டை வடிவமைப்பு : ஆதி
அச்சிட்டோர் : ரவிராஜா பிரிண்டர்ஸ், சென்னை-14

விலை: ரூ.**100**

Gopurath Tharkolaigal

© A. Sivasubramanian

First Edition : December 2007
Corrected Second Edition : December 2019

Published by PARISAL BOOK STORE
No.216, First Floor, Triplicane High Road
Triplicane, Chennai 600 005
Mobile : **9382853646**
email: **parisalbooks@gmail.com**

1x8 Demy Size, 18.6 Kg. Maplitho, 104 Pages
Wrapper designed by Aathi
Printed at Ravi Raja Printers, Chennai-14

Price **Rs.100**

ISBN 978-81-939962-9-4

குடும்பச் சுமைகளைத்
தாங்கிநின்று
எழுத்துப் பணிகளுக்கு
உறுதுணையாய் விளங்கும்
வாழ்க்கைத் துணைவி
சி. அருணாவிற்கு

பொருளடக்கம்

முன்னுரை	5
சைவம் உறிஞ்சிய முன்னோர் வழிபாடு	9
பக்தி இலக்கியத்தில் தீண்டப்படாதார் நிலை	27
தமிழ் வைணவத்தில் சூத்திரர்	39
கோபுரத் தற்கொலைகள்	47
விலங்கு உயிர்ப்பலித் தடைச் சட்டத்தின் அரசியல்	58
அர்ச்சகரும் சாதியும்	88
சித்தர்கள்: மீறலே மரபாய்	93

முன்னுரை

காலத்தால் முந்திய தமிழ்நாட்டுச் சமயங்கள் வரிசையில் சைவமும் வைணவமும் இடம்பெறுகின்றன. இவை இரண்டும் வேதங்களின் மேன்மையை ஏற்றுக்கொண்டவை. இதன் அடிப்படையில் இவற்றை வைதீக மரபைச் சார்ந்தவை எனலாம். இவற்றிற்கு மாறான அவைதீக (வைதீகமற்ற) சமயங்களான சமணம், பௌத்தம், ஆசீவகம், சாங்கியம், தாந்ரிகம் ஆகிய சமயங்களும் தமிழ்நாட்டில் செல்வாக்குப் பெற்றிருந்தன.

பல்லவர் காலத்தில் சைவமும் வைணவமும் அரசின் ஆதரவைப் பெற்றுத் தம்மைப் பலப்படுத்திக்கொண்டன. பிற்காலச் சோழர் காலத்தில் சைவம், அவைதீகச் சமயங்களை மட்டுமின்றி, வைணவத்தையும் ஓரங்கட்டிவிட்டுத் தன்னை வலுவாக நிலைநிறுத்திக் கொண்டது. கிட்டத்தட்ட அரசு மதம் என்று சொல்லத்தக்க நிலையை அது பெற்றிருந்தது என்றாலும், வைணவம் தன்னைத் தக்கவைத்துக்கொள்வதில் வெற்றிபெற்றது.

இவ்விரு சமயங்களின் மேல்நிலைக் குழு போன்று விளங்கிய பார்ப்பனர்களைத் தாண்டி, பல்வேறு சமூகக் குழுக்களையும் தம்முள் இவை இணைத்துக்கொண்டன.

தமிழ்நாட்டின் சமூக வரலாற்றில் ஆதிக்கம் செலுத்திய சைவம், வைணவம் தொடர்பான நான்கு கட்டுரைகளும் மேட்டிமையோரின் ஆதிக்கம் இவ்விரு சமயங்களில் தொடர்வதை விளக்கும் ஒரு கட்டுரையும் அடித்தள மக்களின் சமய வாழ்வில் அரசின் துணையுடன் இவை தலையிட்ட நிகழ்வு குறித்த ஒரு கட்டுரையும் இவ்விரு சமயங்களும் போற்றி வளர்க்கும் மரபுக்கெதிரான கலகக் குரலாய் ஒலித்த சித்தர்

பாடல்கள் குறித்த கட்டுரையொன்றும் இந்நூலில் இடம் பெற்றுள்ளன.

முதற்கட்டுரையான 'சைவம் உறிஞ்சிய நடுகல் வழிபாடு' மதுரை காமராசர் பல்கலைக்கழகத்தின் 'சமயங்கள் தத்துவம்—மனிதநேயச் சிந்தனைப் பள்ளி'யின் ஆய்வு மாணவர்களுக்கு ஆற்றிய சிறப்புரையின் ஒரு பகுதியாகும். இதற்கு வாய்ப்பு நல்கிய குருநானக் பீடத்தின் தலைவரும் பேராசிரியருமான, முனைவர் ந. முத்துமோகனுக்கும் உரையின் மீது வினாக்களை எழுப்பிக் கலந்துரையாடிய மாணவர்களுக்கும் என் நன்றி உரியது.

கொலை அல்லது தற்கொலையின் வாயிலாக இறந்தோருக்கு நடுகல் நாட்டி வழிபடுவது பண்டைத் தமிழர் மரபு. போரில் இறந்துவிட்ட வீரர்களுக்கு நடுகல் நட்டு வழிபட்டமை குறித்த செய்திகள் சங்க இலக்கியத்திலும் தொல்காப்பியத்திலும் இடம்பெற்றுள்ளன. அண்மையில் பிராமி எழுத்துக்கள் பொறிக்கப்பட்ட நடுகற்களும் கிடைத்துள்ளன. தமிழக நாட்டார் தெய்வங்களுள் பல ஏதேனும் ஒரு வகையில் கொலையுண்டோர், தற்கொலை செய்துகொண்டோர் நினைவாக உருவானவைதாம்.

தொன்மை வாய்ந்த நடுகல் வழிபாட்டைச் சோழர் ஆட்சியில் ஏற்றம் பெற்றிருந்த சைவம் எவ்வாறு மாற்றியமைத்துக் கொண்டது என்பதை இக்கட்டுரை வெளிப்படுத்துகிறது.

'பக்தி இயக்கத்தில் தீண்டடப்படாதார்' என்னும் இரண்டாவது கட்டுரை சென்னைப் பல்கலைக்கழகத்தின் ஆங்கிலத் துறை 2007 டிசம்பரில், தமிழ்ப் பக்தி இலக்கியங்களை மையமாகக்கொண்டு நிகழ்த்திய கருத்தரங்கில் படித்த கட்டுரையாகும். இவ்வாய்ப்பை நல்கிய இத்துறையின் பேராசிரியர்கள் முனைவர் சி.டி. இந்திரா, முனைவர் ஆர். அழகரசன் ஆகிய இருவருக்கும் என் நன்றி உரியது.

வருண வட்டத்திற்கு வெளியே 'அவருணர்கள்' (வருண மற்றவர்கள்) என்று முத்திரை குத்தி ஓரங்கட்டப்பட்ட மக்கள் பிரிவைச் சைவமும் வைணவமும் சில சூழல்களில் ஏற்றுக்கொண்டுள்ளன. இதற்கான காரணத்தை இக்கட்டுரை ஆராய்கிறது.

மூன்றாவது கட்டுரையான 'தமிழ் வைணவத்தில் சூத்திரர் நிலை' மதுரை காமராசர் பல்கலைக்கழகத்தின் 'சமயங்கள் தத்துவம் — மனிதநேயச் சிந்தனைப் பள்ளி' 2007இல் நடத்திய கருத்தரங்கில் வழங்கப்பட்டது. இவ்வாய்ப்பை நல்கிய பேராசிரியர்கள் முனைவர் அஜ்மல்கான், முனைவர் ந.முத்துமோகன் ஆகிய இருவருக்கும் என் நன்றி உரியது. ஏவல்செய்யப் பிறந்தவன் என்று மனுதர்மத்தாலும் பகவத் கீதையாலும் குறிப்பிடப்படும் சூத்திரர்களுக்குத் தமிழ் வைணவத்தில் வழங்கப்பட்ட இடத்தை இக்கட்டுரை ஆராய்கிறது.

சைவ வைணவக் கோவில்களின் முக்கிய உறுப்பாகக் காட்சிதரும் பிரம்மாண்டமான கோபுரங்களில் ஏறி நின்று, கீழே குதித்துத் தற்கொலை செய்துகொண்டோர் குறித்த செய்திகளைக் கல்வெட்டுகளின் துணையுடன் நான்காவது கட்டுரையான 'கோபுரத் தற்கொலைகள்' ஆராய்கிறது. "நா. வா.வின் ஆராய்ச்சி" இதழில் இக்கட்டுரையை வெளியிட்டு உதவிய நண்பரும் தோழருமான முனைவர் மேது.ராசுகுமாருக்கு என் நன்றி உரியது.

அ.தி.மு.க. ஆட்சியின்போது 'விலங்கு உயிர்ப்பலித் தடைச்சட்டம்' தீவிரமாக நடைமுறைப்படுத்தப்பட்டது. அதற்கு எதிராக இந்தியக் கம்யூனிஸ்ட் கட்சியின் தூத்துக்குடி மாவட்டக் கிளையின் சார்பில் 'விலங்கு உயிர்ப்பலித் தடைச்சட்டத்தின் அரசியல்' என்னும் தலைப்பில் குறுநூல் ஒன்று வெளியிடப்பட்டது. அதுவே இங்கு ஐந்தாவது கட்டுரையாக இடம் பெற்றுள்ளது. நாட்டார் சமயத்தை வைதீக மயமாக்கும் முயற்சியையும் இதற்குள் ஆதிக்க அரசியல் மறைந்திருப்பதையும் இக்கட்டுரை வெளிப்படுத்துகிறது. இத்தலைப்பில் கட்டுரை எழுதத் தூண்டி, அதை உடனடியாகக் குறுநூலாக வெளியிட்டவர் அன்பு மாணவரும் தென்காசி நாடாளுமன்ற உறுப்பினருமான தோழர் எம்.அப்பாதுரை. அவருக்கு என் நன்றி உரியது.

கோவில் கருவறைக்குள் சென்று பூசை செய்யும் உரிமை அனைத்துச் சாதியினருக்கும் கிட்டாதநிலை இன்றும் உள்ளது. மறுக்கப்பட்ட உரிமையாக அன்றிப் பறிக்கப்பட்ட உரிமையாகவே இதைக் கொள்ள வேண்டும். ஆனால் 'பேர்

கொண்ட பார்ப்பனர்கள்' தம் தனி உரிமையாகக் கருவறைக்குள் நுழைவதை வைத்துள்ளனர். அரசு உருவாக்கும் சட்டங்கள் நடைமுறைப்படுத்தப்படுவதில்லை. இச் செய்திகளை 'அர்ச்சகரும் சாதியும்' குழுவின் அறிக்கை விளக்குகிறது. நீதியரசர் மகராஜன் தலைமையிலான குழுவின் அறிக்கை இக்கட்டுரைக்கான முதன்மை ஆதாரமாக அமைந்தது. இவ்வறிக்கையைப் படிக்க வழங்கிய வழக்கறிஞர் திரு. பெ. கணபதி சுப்பிரமணியன் அவர்களுக்கும் என் நன்றி உரியது.

சமய எல்லைக்குள் இருந்துகொண்டே சமயச் சடங்குகள்— சாதி, துறவு ஆகியனவற்றிற்கு எதிராகக் குரல் கொடுத்த சித்தர்கள் குறித்து 'சித்தர்கள் மீறலே மரபாய்' என்ற தலைப்பிலான ஏழாவது கட்டுரை பேசுகிறது. 2006ஆம் ஆண்டில் பெரியார் பல்கலைக்கழகத்தின் தமிழ்த் துறையினர், சித்தர் குறித்து நடத்திய தேசியக் கருத்தரங்கில் இக்கட்டுரையைப் படிக்கும் வாய்ப்பை நல்கிய தமிழ்த்துறைத் தலைவர் முனைவர் பெ. மாதையனுக்கு என் நன்றி உரியது.

கையெழுத்துப்படியை உருவாக்குவதில் உறுதுணையாக இருந்த அன்புத் தம்பி ஜெய்சிங்கிற்கு என் நன்றி உரியது.

25.12.2007   **ஆ. சிவசுப்பிரமணியன்**

பாரதி
2/36-அ. மூன்றாம் குறுக்குத் தெரு,
தபால் தந்தி குடியிருப்பு (மேற்கு),
தூத்துக்குடி — 628 008.
அலைபேசி : 94420 53606

சைவம் உறிஞ்சிய முன்னோர் வழிபாடு

அடித்தள மக்களின் சமயம் அல்லது நாட்டார் சமயம் என்பது தொல் பழஞ்சமயத்தின் (Prinitive Religion) சில கூறுகளை உள்வாங்கியுள்ளது. இவ்வாறு உள்வாங்கியனவற்றுள் முன்னோர் வழிபாடும் ஒன்றாகும். இறப்பு குறித்த அறியாமையே முன்னோர் வழிபாட்டிற்குக் காரணமாக அமைகின்றது. 'இறந்தோரின் ஆற்றல் வாழ்வோரின் நலனில் பெரும்பங்கு வகிக்கிறது என்ற கருத்தாக்கத்தால் ஏற்பட்டதே முன்னோர் வழிபாடாகும் என்று கூறும் பக்தவத்சல பாரதி *(1990: 515-516)* இவ்வழிபாட்டின் பின்னால் பின்வரும் மூன்று நம்பிக்கைகள் உள்ளனவென்று குறிப்பிடுகிறார்.

1. இறந்த மூதாதையர்களின் ஆற்றலும் அனுபவமும் வாழ்வோரைச் செழுமைப்படுத்தும் என்னும் நம்பிக்கையில் மூதாதையர்களை வழிபடுகின்றனர்.

2. இறந்தோரின் ஆசி என்றென்றும் வாழ்வோருக்குக் கிடைக்க வேண்டும் என முன்னோர்களை வழிபடுகின்றனர்.

3. இறந்தோரின் விருப்பங்களையும் அவருக்குப் பிடித்தமானவற்றையும் நிறைவேற்றி அவரை வழிபடுதல் மூலம் தீய ஆற்றல்களிலிருந்து முன்னோர்கள் தப்பவைப்பார்கள் என்றும் அவர்களும் சினம் கொள்ளாமல் ஆதரிப்பார்களென்றும் கருதுவது.

இ.பி. டைலர் போன்ற 19ஆம் நூற்றாண்டு மானிடவியலாளர்கள் 'முதிர்சியடையாத மனப்பக்குவ முடையோரின் சமய நம்பிக்கை' என்று இதை மதிப்பிட்டுள்ளனர்.

தமிழ்நாட்டில் முன்னோர் வழிபாடு சங்க காலம்தொட்டு இன்றுவரை வழக்கிலுள்ளது. சங்க நூல்களும் பதினெண்

கீழ்க்கணக்கு நூல்களும் தொல்காப்பியம் புறப்பொருள் வெண்பா மாலை ஆகிய இலக்கணங்களும் காப்பியங்களும் முன்னோர் வழிபாட்டின் அடிப்படையில் உருவான நடுகல் வழிபாடு குறித்துப் பேசுகின்றன. நடுகல்லில் எழுத்துப் பொறிக்கப்பட்டிருந்தமையும் அக்கல்லிற்கு மயிற் பீலி சூட்டி, கள் படைத்து வழிபட்டதையும் ஆடு பலிகொடுத்ததையும் அகநானூற்றுப் பாடல்கள் (35, 53, 67, 297) குறிப்பிடுகின்றன. இதே செய்திகளைக் குறிப்பிடும் புறநானூறு (செய்யுள்: 232, 261, 264) நெல் தூவி வழிபடப்படும் கடவுளர்களில், வீரனுக்கு நட்ட நடுகல்லே சிறப்புடையது என்ற கருத்தைப் பின்வருமாறு வெளிப்படுத்துகிறது.

ஒன்னாத் தெவ்வர் முன்னின்று விலங்கி
ஒளிறேந்து மருப்பிற் களிறெறிந்து வீழ்ந்தெனக்
கல்லே பரவின் அல்லது
நெல்லுகுத்துப் பரவுங் கடவுளும் இலவே (புறநானூறு, 335)

நடுகல் நடப்படும் வழிமுறைகளைத் தொல்காப்பியம் புறத்திணையியல் (நூற்பா: 5) பின்வருமாறு குறிப்பிடுகிறது.

காட்சி கால்கோள் நீர்ப்படை நடுகல்
சீர்த்தகு சிறப்பின் பெரும்படை வாழ்த்தலென்று
இருமூன்று வகையிற் கல்லொடு புணர

இத்தகைய தொன்மை வாய்ந்த நடுகல்லானது இறந்தவர்களை அடக்கஞ்செய்த இடத்தில் மட்டும் நடப்படவில்லை. சாலை ஓரங்களிலும் (அகநானூறு, 53, 131, 179, மலைபடுகடாம் 338-389) ஆற்றங்கரையிலும் (புறநானூறு 260) மரங்களின் அடியிலும் (மலைபடுகடாம் 394-396, பொருநராற்றுப்படை 50-52) நடப்பட்டதாகச் சங்க இலக்கியங்களால் அறிகிறோம்.

நட்டபோலும் நடாஅ நெடுங்கல்
அகலிடங் குயின்ற பல்பெயர் மண்ணி

என்ற அகநானூற்றுச் செய்யுளால் (269:7-8) புடைப்புச் சிற்பங்களாக வீரர்களின் உருவம் பொறிக்கப்பட்டிருந்தமை தெரியவருகிறது. மேலும் ஒரே இடத்திலேயே நடுகற்கள் வரிசையாக நடப்பட்டிருந்தன என்பதை,

நல்லிசை நிறுத்த நாணுடை மறவர்
நிரைநிலை நடுகல் பொருந்தி இமையாது
இரை நசைஇக் கிடந்த முதுவாய்ப் பல்லி

என்ற அகநானூற்றுச் செய்யுளால் (387:14-16) அறிய முடிகிறது. எனவே, வீரன் ஒருவனைப் புதைத்த அல்லது எரித்த இடத்தில்தான் நடுகற்கள் நடப்பட்டன என்று கூற முடியாது. நடுகல் வழிபாட்டின் தொடர்ச்சியாகவே நாட்டார் தெய்வங்கள் சில உருவாகியுள்ளன.

பள்ளிப்படைக் கோயில்கள்

நடுகல் வழிபாட்டில் யாருக்காகக் கல் நடப்பட்டதோ அந்த மனிதனே தெய்வமாக வணங்கப்பட்டான். இவ்வழிபாட்டு முறையினைப் பல்லவர் மற்றும் சோழர் காலச் சைவம் சற்று மாற்றி உள்வாங்கிக் கொண்டது. இனக்குழு வாழ்வும் அதில் நிலவிய சமத்துவமும் ஒழிக்கப்பட்டு நிலம், கோவில், வரிகள் ஆகியவற்றைக்கொண்டு இயங்கிய பல்லவப் பேரரசு தன்னை நிலைப்படுத்திக்கொள்ளும் முயற்சியின் ஒரு வழிமுறையாக, பக்தி இயக்கத்தைப் பயன்படுத்திக்கொண்டது. பிற்காலச் சோழப் பேரரசு, கோயில்களுடன் தன்னைப் பிணைத்துக் கொண்டது. அடித்தள மக்களின் வழிபாட்டை ஆகமநெறிக்கு உட்பட்ட, சைவநெறிக்குள் கொண்டுவரும் முயற்சியின் ஓரங்கமாக நடுகல் வழிபாட்டை ஒத்த, பள்ளிப்படைக் கோயில்கள் உருவாக்கப்பட்டன.

மன்னர்கள், சமயத் துறவிகள் அடக்கஞ்செய்யப்பட்ட இடத்தில் கருவறையுடன் கூடிய கோவில்கள் உருப்பெற்றன. இக்கோவில்களே பள்ளிப்படைக் கோவில்கள் எனப் பெயர் பெற்றன. நடுகல் குறித்தத் தொல்காப்பிய நூற்பா நடுகல் நடுவது தொடர்பான சில படிமுறைகளையே குறிப்பிடுகிறது. மற்றபடி இறுக்கமான சடங்குமுறைகளைக் குறிப்பிடவில்லை. ஆனால், பக்தி இயக்கக் காலத்துத் திருமூலர், சிவஞானிகளின் உடலை அடக்கஞ்செய்யக் குழி (அவர் மொழியில் குகை) வெட்டுதல் குறித்தும் அதில் இட வேண்டிய பொருட்கள் குறித்தும் பின்வரும் விதிமுறைகளை உருவாக்கியுள்ளார்.

தன்மனை சாலை குளங்கரை யாற்றிடை
நன்மலர்ச் சோலை நகரினற் பூமி
உன்னருங் கானம் உயர்ந்த மலைச்சாரல்
இந்நிலந் தான்குகைக் கெய்தும் இடங்களே

என்று குறிப்பிடும் திருமூலர் (செய்யுள்: 1878) குகையின்

அமைப்பு குறித்தும் அதில் இட வேண்டிய பொருட்கள் குறித்தும் பின்வருமாறு விவரித்துள்ளார்:

> **நல்ல குகையின் மேற்பரப்பு நால் வட்டம் சேர்ந்ததாயிருத்தல் வேண்டும். ஒன்பதடி நீளம் இடம் அமைத்தல் வேண்டும். மேலும் குகையின் அடிப்பகுதியில் பசும்பொன், வெண்பொன், செம்பொன், கரும்பொன் என்னும் பஞ்சலோகம் என்கிற ஐவகைப் பொன்னையும் ஒன்பது மணிகளையும் அமைத்தல் வேண்டும். இவற்றின் மேல் இருக்கை அமைத்தல் வேண்டும். அதன் மேல் தருப்பைப் புல் பரப்புதல் வேண்டும். அதன் மேல் திருவெண்ணீறு குவித்தல் வேண்டும். அதன் மேல் திருமேனியை வைத்தல் வேண்டும். அதன் மேல் அழகிய சந்தனச் சாந்து பூசிப் பொதிதல் வேண்டும். மேலும் குகையின் நடுவில் நால்வட்டம் அமைத்து அதன்மேல் நிறைந்த மலர் மாலைகள், சந்தனக் கலவை, கத்தூரி முதலிய மணக் கூட்டுக்கள், சாந்து, புனுகு, பன்னீர் சேர்த்துத் தக்கவாறு பொதிதல் வேண்டும். பின் சிறந்த நறும்புகையும் விரும்பி இடுதல் வேண்டும். இனி, சிறப்பித்துச் சொல்லப்படும் திருவெண்ணீற்று முழுப்பூச்சு சட்டைபோல் அமைத்தல் வேண்டும். இருக்கையின் மேலும் திருவெண்ணீறு குவித்தல் வேண்டும். அதன் மேல் திரு உடலை எழுந்தருளுவித்தல் வேண்டும். மணப்பொடியும் திருவெண்ணீறும் மேலும் பொலிவித்தல் வேண்டும். அதன் மேல் திருமேனியைச் செம்மையுற இருத்தல் வேண்டும். மேலும் சொல்லியபடி அமைத்தபின் சாருமணை பொருந்த அதன்மேல் பாவாடை விரித்து இலையமைத்துப் பொன்போல் பொரித்த கறிவகைகளும் போனகமாகிய திருவமுதும் இளநீரும் திருமுன்னிலையில் படைத்தல் வேண்டும். அத்திருவுரு முன் குழைமுகப் பார்வை தரித்தலாகிய நைவேத்தியம் கண்ட பின் மேற்கட்டி அமைத்து வேண்டுவ செய்யலாம் (செய்யுள்:1883).**
>
> **மேலே மழைபோல் பொழியும் திருவெண்ணீறாலும் மணப்பொடியும் பலவகை நறுமலரும், தருப்பைப் புல்லும் வில்வமும் கொண்டு சிவபிரான் திருவடி விளக்கிய தீர்த்த நீரால் திருமஞ்சனம் செய்து வழிபாடு செய்தல் வேண்டும். காலை, நண்பகல், மாலை ஆகிய மூன்று காலங்களிலும் மனமொழிமெய்கள் ஆகிய முக்கரணங்களிலும் அன்பு, அறிவு, ஆற்றல் என்னும் பணி மூன்றாலும் அன்பு, இன்பு, அடைவு ஆகிய கருத்து மூன்றிலும் வழிபடுவதற்கு மூன்று அழகிய இடம் அமைத்தல் வேண்டும். மேலும் நிலவறைப்படுத்திய குகையின் மீது அரசு, சிவலிங்கம் ஆகிய இரண்டினுள் ஒன்றை நிலைநாட்டி வழிபடுதல் வேண்டும் என்பதாம் (பொன். கணேசன், 2001, பக்.523-524).**

‘சமாதிலிங்க ஸ்தாபனம்’ என்ற பெயரில் இறந்தோரின் சமாதிமீது சிவலிங்கம் நிறுவுவதைச் சில வடமொழி ஆகமங்கள் குறிப்பிடுகின்றன. சமாதியின் மீது சிவலிங்கம் நிறுவியவர்க்கு நன்மைகளைத் தரவும் பிறப்பு - இறப்பு என்ற சுழற்சியிலிருந்து இறந்தவர் விடுபடவும் சமாதிலிங்க ஸ்தாபனம் உதவுவதாக ஆகமங்கள் குறிப்பிடுகின்றன (நாகசாமி, 1974, 103-104). இவை கோவிலுக்கு உள்ளேயோ வெளியேயோ நிறுவப்படலாம். இவ்வழிபாட்டு முறையின் வளர்ச்சி நிலைதான் சோழர் காலத்தில் தஞ்சைப் பெரிய கோவிலின் வெளிப்பிரகாரத்து மண்டபத்தில் இடம் பெற்றுள்ள லிங்கங்கள். கோவிலுடன் நெருங்கிய தொடர்புடையவர்களின் நினைவாக இவை நிறுவப் பட்டிருக்கலாம் என்று நாகசாமி (1974: 104) கருதுகிறார்.

பல்லவர் காலத்தில் மன்னனும் கடவுளும் இணையாகக் கருதப்பட்டதை நம்மாழ்வாரின் ‘திருவுடை மன்னரைக் காணின் திருமாலைக் கண்டேனே’ என்ற கூற்றும் ‘பரமேச்சுர விண்ணகரத்துப் பல்லவன் மல்லையர்கோன் பணித்த பரமேச்சுர விண்ணகரமதுவே’ என்றெல்லாம் பெரியாழ்வார் பாடுவதும் மன்னனுக்குத் தெய்வீகத்தன்மை வழங்கும் முயற்சியின் வெளிப்பாடே.

சிவஞான முனிவர் தமது சிவஞான போதம் நான்காவது நூற்பாவில் ஆன்மாவின் இலக்கணத்தைக் குறிப்பிடுகிறார். மனம், புத்தி, அகங்காரம், சித்தம் என்ற நான்கனுள் ஆன்மா ஒன்றன்று என்று கூறவரும்போது ‘சூழ்ச்சித் துணைவராகிய அமைச்சரோடு கூடிநின்று தன் தொழில் நடாத்தும் அரசன் போல’ என்கிறார். இதற்கு விளக்கம் எழுதுபவர்.

> **அரசனுக்கு அணுக்கராதற் சிறப்புப் பற்றி அமைச்சர் அரசரென்று உபசரித்துக் கூறப்படுமாறுபோலப் புறக்கருவிகளை நோக்க, ஆன்மாவுக்கு அணுக்கமாய் நிற்றற் சிறப்புப் பற்றி மனம், புத்தி, அகங்காரம், சித்தம் நான்கும் மருவியான்மாலே யென்ன**

என்று எழுதியுள்ளார். இங்கு ஆன்மா அரசராக உருவகிக்கப்படுகிறது. இதனடிப்படையில் அரசன் ஆன்மாவைப் போன்றவன் என்ற கருத்தும் மறைமுகமாக வலியுறுத்தப்படுகிறது. ஞானாமிர்தம் இக்கருத்தை விரிவுபடுத்திப் பின்வருமாறு உருவகித்துக் கூறும் (சுந்தரமூர்த்தி 199: 88, 93).

உயிர்	—	அரசன்
மனம், புத்தி சித்தம், அகங்காரம்	—	அமைச்சர்கள்
மெய், வாய், கண் மூக்கு, செவி	—	வாயில் காப்பவர், ஒற்றர், தூதர், வேதத்தவையோர், அந்தணர்
வாய், கால், கை எருவாய், கருவாய்	—	நால்வகைப் படைகளும் படைத் தலைவர்களும்
அறிகருவியால் கொள்ளப்படும் புலன்களாய் சுவை, ஒளி, ஊறு, ஓசை, நாற்றம் என்பனவும், செய்கருவிகளால் கொள்ளப்படும் பேசல், நடத்தல், உழைத்தல், மலங்கழித்தல், மகப்பெறல் ஆகிய ஐந்தும்	—	ஏவலாட்கள்
உயிர்க்காற்று, மலக்காற்று, தொழிற்காற்று, ஒலிக்காற்று, நிரவுக்காற்று, தும்மற்காற்று, விழிக்கக்காற்று, கொட்டாவிக் காற்று, இமைக்காற்று, வீங்கற்காற்று ஆகிய பத்து வளியும்	—	உறுதிச்சுற்றம்

ஆள்வோருடன் சைவம் கொண்டிருந்த நெருக்கமான பிணைப்பை இவற்றின் வாயிலாக உணரமுடிகிறது. இப்பின்புலத்தில்தான் சைவம் தனது எல்லைக்குள் மூத்தோர் வழிபாட்டைக் கொண்டுவந்ததை நோக்க வேண்டும்.

கால்நடை கவர்தல், கால்நடை மீட்டல் தொடர்பான சண்டைகளிலும் நாடு கவருதல், நாட்டைப் பாதுகாத்தல், கள்வர் மற்றும் கொடிய விலங்குகளால் ஏற்படும் துன்பங்களைப் போக்கும் முயற்சியிலும் உயிரிழந்தோரே நடுகல் வழிபாட்டில் இடம் பெற்றனர். பள்ளிப்படைக் கோவில்களில் சும்மா இருப்பதே சுகம் என்றிருந்த சிவனடியார்களும் அதிகாரமிக்க மன்னனும் தெய்வங்களாயினர்.

தமிழக வரலாற்றில் இப்பள்ளிப் படைக்கோயில்களைப் பக்தி இயக்கக் காலமான பல்லவராட்சியில்தான் முதல் முறையாகக் காணுகின்றோம். இதன் தொடர்ச்சியாக, சோழர்

ஆட்சியிலும் பள்ளிப்படைக் கோயில்கள் உருவாகியுள்ளன. தன் தந்தை மருதிவிடங்கரையன் நினைவாகப் பள்ளிப்படைக் கோயில் ஒன்றை இராசாதித்தன் என்ற சிற்றரசன் கட்டியுள்ளான். செங்கல்பட்டு மாவட்டம் பொன்னேரிப் பகுதியில் உள்ள சக்கைமேடு என்னும் சிற்றூரில் மதங்கப்பள்ளி என்னும் சிவன் கோவில் உள்ளது. இது மதங்கன் என்னும் சிவனடியார் நினைவாக உருவான சமாதிக் கோயில் என்று இராசமாணிக்கனார் (2000: 245) கருதுகிறார்.

கங்கர் தலைவன் இராஜாதித்தியாயா, விஜய கம்பன் என்ற பல்லவ மன்னர் ஆட்சிக் காலத்தில் தன் தந்தை புதைக்கப்பட்ட இடத்தில் சிவன் கோவிலும் கல்லறையும் கட்டினான் (க.ஆ.அ. 1926: 27, 28).

தன் கணவனுக்காக, செம்பியன் மாதேவி கோனேரி இராஜபுரம் என்ற இடத்தில் கோயில் கட்டினாள் (க.ஆ.ஆ. 1909, ப.90, பத்தி 41).

பராந்தகச் சோழனின் மகன் அரிஞ்செயனுக்கு முதலாம் இராஜராஜன் மேல்பாடியில் கோவில் எழுப்பினான். சித்தூர் மாவட்டத்திலுள்ள தொண்டமா நாட்டில் முதலாம் ஆதித்தியன் நினைவாக ஆலயம் எழுப்பப்பட்டது.

கொலையும் தண்டனையும்

கொலை செய்யப்பட்ட ஒரு மனிதனின் ஆவி இடர்ப்படுத்தும் என்னும் அச்சத்தின் விளைவாகவும் கொலையுண்டவன் மீதான அன்பின் அடிப்படையிலும் நடுகற்கள் உருவாகியுள்ளன. மொத்தத்தில் கொலையுண்டவனை வழிபடுவது நடுகல் வழிபாட்டின் அடிப்படை நோக்கமாகும். ஆனால் பிற்காலச் சோழர் காலத்தில் கொலைக்கு ஆளானவர்கள் புறக்கணிக்கப்பட்டுக் கொலைசெய்தவர்களிடமிருந்து பொருள் அல்லது நிலத்தைப் பெறும்முறை உருவாகியது. இதற்குச் சான்றாகச் சோழர் காலக் கல்வெட்டுகள் கூறும் பின்வரும் செய்திகளைக் குறிப்பிடலாம்.

இராஜராஜனின் 28ஆவது ஆட்சியாண்டுக் (1012-13) கல்வெட்டு பெண்ணொருத்தியின் பொருட்டு ஒருவன் கொலையுண்ட நிகழ்வைக் குறிப்பிடுகிறது. திருக்கோவிலூர்

வட்டத்திலுள்ள பாலைப்பந்தல் கிராமத்தில் அங்காடி பொற்றாமன் என்பான், மாதேவிபெற்றி என்னும் பெண்ணுடன் வாழ்ந்து வந்தான். முனைப்பாடி நாவலூரைச் சேர்ந்த பிராட்டி சீராளன் என்பவன் இரவில் அவளை 'வலியப்புக்கு(ப்) பிடிச்சான்'. 'என் மணவாட்டியை நான் இருக்கவே வலியப்புடிச்சான்' என்று சீராளனைப் பொற்றாமன் கத்தியால் குத்தினான். சீராளன் இறந்துபட அவனுக்காக ஐம்பை தான்தோன்றி ஆழ்வார் கோவிலில் நந்தா விளக்கு ஏற்றிவைக்க அங்காடிப் பொற்றாமன் பொன் வழங்கினான் (தெ.இ.க. பகுதி-1: 77).

வீரபுத்திரன் என்பவனின் மனைவி சேந்தன் உமையாள் என்பவளிடம் வரி வாங்க வந்த பழங்கூறன் குன்றன் என்னும் அரசு அதிகாரி, அவளை அரசு ஆணைக்கு உட்படுத்தினான். இதனைப் பொறாதவளாய்ச் சேந்தன் உமையாள் நஞ்சு குடித்து இறந்துபோனாள். இச்சாவுக்கு அதிகாரிதான் பொறுப்பு என்ற முடிவுக்கு, நான்கு திசைப் பதினெண் பூமி நானாதேசி என்ற ஊர்ச்சபை வந்தது. தான் செய்த பாவத்திற்குக் கழுவாயாகத் திருத்தான்றி மகாதேவர் ஆலயத்தில் விளக்கெரிக்க 32 காசுகளை அவன் வழங்கினான். இக்கல்வெட்டின் காலம் 1054 அல்லது 1055 ஆகும் (தெ.இ.க. 22: 80).

திருவண்ணாமலை மாவட்டம் தெற்கோவிலூர் வட்டம் சண்பை கிராமம் ஜம்புநாத சுவாமி கோவிலில் உள்ள விக்கிரமச் சோழன் காலத்திய (1126-7) கல்வெட்டொன்று தான் செய்த கொலைக்குக் கொலையாளி செய்த கழுவாயைக் குறிப்பிடுகிறது. கடம்பூரைச் சேர்ந்த கூடலுடையான் கூத்தன் சேந்தன் என்பவன் அதே ஊரைச் சேர்ந்த பிச்சன் பன்மன் கண்டன் என்பவனைக் குத்திக் கொன்றுவிட்டான். கொலையுண்டவனின் உறவினர்களுடன் கலந்து பேசி சண்பை கிராமத்திலுள்ள திருநாகேஸ்வரம் உடையார் கோவிலில் விளக்கெரிக்க 32 பசுக்களைத் தானமாக வழங்கினான் (தெ.இ.க.22 : பகுதி—1, 92).

இரண்டாம் குலோத்துங்கச் சோழனின் மூன்றாம் ஆட்சியாண்டில் (1135-36) சம்புபுரம் என்னும் ஊரினனான பள்ளிச் செல்வன் என்பவன் தவறுதலாக அம்பை எய்து வேணாட்டரையன் என்பவனைக் கொன்றுவிட்டான். நாட்டாரும் சம்புவராயரும் கூடி இவன் இவ்வேணாட்டரை

யனுக்காகச் சாக வேண்டாம் என்று முடிவெடுத்து, இதற்குக் கழுவாயாக, துணாண்டார் கோவிலில் அரை விளக்கு வைக்கும்படி கட்டளையிட்டனர். அதன்படி 16 பசுக்களைக் கொடையாகப் பள்ளிச் செல்வன் வழங்கினான் (தெ.இ.க.7: 68).

இரண்டாம் இராஜாதிராஜனின் 10ஆம் ஆட்சியாண்டில் (1172-73) மாடூர் என்னும் ஊரைச் சேர்ந்த கொச்சாத்தான் காமன் என்பவனது அகமுடையாள் கோபத்தில் தன் மகள்மீது ஒரு கோலை வீசி எறிந்தாள். அது குறி தவறி மிண்டன்காமன் என்பவனது மகள்மேல் பட்டது. இது நிகழ்ந்து இருபது நாளில் அப்பெண் இறந்துபோனாள். இதற்குக் கழுவாயாக ஊர்ப்பாகம் கொண்டருளிய நாயனார் கோவிலில் நந்தா விளக்கெரிக்க 32 பசுக்களைக் கொடையாக வழங்கும்படி கொச்சாத்தான் காமனுக்கு நாட்டவர் கட்டளையிட்டனர். இதன்படி அவன் 32 பசுக்களை வழங்கினான் (தெ.இ.க.22: பகுதி-1, 148).

தற்செயலாக நிகழ்ந்த விபத்தினால் ஏற்பட்ட உயிரிழப்புக்கு வழங்கப்பட்ட கழுவாயினை இரண்டாம் குலோத்துங்கனின் மூன்றாம் ஆட்சியாண்டுக் கல்வெட்டு (1135-36) குறிப்பிடுகிறது. கீழ்க்கொன்றை நாடு முடியனூரைச் சேர்ந்த அடியநம்பி கோவலராயப் பேரையன் வேட்டைக்குச் சென்றபோது மிருகத்தின்மீது அவன் எய்த அம்புபட்டு வாளைவெட்டி ஊரைச்சேர்ந்த பொன்பற்றி உடையான் குன்றன் சீருடையாளன் என்பவன் இறந்துபோனான். 179 நாட்டுச் சித்திரமேழி பெரிய நாட்டினர்கூடி இக்கொலைக்குக் கழுவாயாகச் சம்பை ஊரிலுள்ள திருத்தான்தோன்றி ஆளுடையார்கோவிலுக்கு இரண்டு நந்தாவிளக்கு வைக்கும்படி கட்டளையிட்டனர். இதன்படி அடியன்நம்பி கோபாலராயப் பேரையன் 64 பசுக்களைக் கோவிலுக்கு வழங்கினான் (தெ.இ.க. 22: பகுதி-1, 67).

மன்றாடிச் சோழன் பெரியான் என்பவன் தன் அகமுடையாளைக் கையாலே தள்ள அவள் இறந்துபோனாள். இப்பழி தீர, செண்பைத் திருத்தான்தோன்றி ஈசுவரர் கோயிலுக்குக் கொடை வழங்கியுள்ளார். கல்வெட்டு சிதைந்துள்ளமையால் என்ன கொடை என்பது தெரியவில்லை. திரிபுவனச் சக்கரவர்த்தி விக்கிரமச் சோழன் காலத்திய இக்கல்வெட்டின் ஆண்டும் தெரியவில்லை (தெ.இ.க.22: பகுதி-1, 91).

திரிபுவனச் சக்கரவர்த்தி இராஜராஜனின் பத்தாம் ஆட்சியாண்டுக் கல்வெட்டொன்று பன்றி வேட்டையின்போது நிகழ்ந்த விபத்தைக் குறிப்பிடுகிறது. வானப்பிராட்டி ஊரைச் சேர்ந்த குளத்தூருடையான் முடிகொண்டான் என்பவன் பன்றி வேட்டைக்குச் சென்றான். பன்றியின்மீது அவன் எய்த அம்பு தவறி, தில்லையான் ஆராயிரப் பொய்யான் என்பவன் மீது பட்டு அவன் இறந்துபோனான். இதற்குக் கழுவாயாக ஊர்ப்பாகம் கொண்டருளின மகாதேவர்கோவிலில் நந்தா விளக்கெரிக்க 32 பசுக்களைத் தானமாக வழங்கினான் *(தெ.இ.க.: 22 பகுதி-1, 138).*

13-ஆம் நூற்றாண்டில் மூன்றாம் குலோத்துங்கன், இரண்டாம் இராஜராஜன் ஆகியோரின் ஆட்சிக் காலத்தில் கொலை நிகழ்வுகளுக்கு விதிக்கப்பட்ட தண்டனைகளைச் சில கல்வெட்டுகள் குறிப்பிடுகின்றன *(க.ஆ.அ. 1919, ப.99, பத்தி 22).*

அரும்பெற்றை என்னும் ஊரைச் சார்ந்த ஒருவன் வேட்டையின்போது விலங்கு என்று கருதி தவறுதலாக ஒருவன் மீது அம்பை எய்துவிட்டான். அம்பு பாய்ந்தவன் சில நாள்கள் கழித்து இறந்துபோனான். நாட்டாரும் பிராமணர்களுங்கூடி இது குறித்து ஆராய்ந்தனர். அம்பு எய்தவனுக்கும் இறந்து போனவனுக்குமிடையே பகை உணர்வு இல்லை என்பதால், இது ஒரு விபத்து என்ற முடிவுக்கு வந்தனர். மரக்காணம் பூமீஸ்வரர் கோயிலுக்குத் திருவிளக்கு ஏற்றும்படி கட்டளையிட்டனர். இதன்படி அவன் 12 ஆடுகளைத் தானமாக வழங்கினான்.

மதுராந்தக நல்லூரரைச் சேர்ந்த சேதிராயன் என்பவன் ஏரன் என்பவனைக் கொன்றுவிட்டான். இதற்காக சேதிராயனின் மாமன் மூலஸ்தானமுடையான் மகாதேவர் கோவிலுக்குத் திருவிளக்கு எரிக்க நிலத்தைக் கொடையாக வழங்கினான்.

குதிரைமீதிருந்து வேட்டையாடும்போது தவறுதலாக ஒருவன் கொலை செய்யப்பட்டான். நாட்டாரின் கட்டளைப்படி குளத்தூரிலுள்ள திருவாகன ஈஸ்வரமுடையார் ஆலயத்தில் விளக்கெரிக்க 48 ஆடுகளைக் கொடையாக வழங்கினான்.

மான்வேட்டையின்போது ஒருவன் இறந்துபோகக் காரணமாக இருந்தவனை அக்கினீஸ்வரம் உடையார் கோவிலுக்குத் திருவிளக்கு ஏற்ற ஆடுகள் வழங்கும்படி பெரிய நாட்டார் கட்டளையிட்டனர்.

தம்முடைய வயலில் எருமை மாடு மேய்ந்தமைக்காக அதன் உரிமையாளனை இருவர் அடித்தனர். அடி தாளாது அவன் இறந்துபோனான். இருவரும் பட்டரிடம் சென்று பரிகாரம் கேட்க அவர் திருஅக்னீஸ்வரம் உடையார் மகாதேவர் கோவிலில் விளக்கெரிக்க 48 ஆடுகள் வழங்கும்படி கூறினார்.[1]

வேட்டைக்குச் சென்ற இடத்தில் விலங்கு என்று கருதித் தவறுதலாகத் தன் உறவினனைக் கொன்றவனுக்குத் திருஅக்னீஸ்வரமுடையார் மகாதேவர் கோவிலில் திருவிளக்கு ஏற்றும்படி பல ஊரவர்கள் கூடி முடிவு செய்தனர்.

முதலாம் குலோத்துங்கச் சோழனின் 21ஆவது ஆட்சியாண்டில் கொடியம் என்னும் ஊரில் ஆறு வயதுச் சிறுவன் அரிவாளால் மரத்தை வெட்டிக்கொண்டிருந்தான். நக்கன் என்ற ஏழு வயதுச் சிறுவன் கைநீட்ட கையிலே அரிவாள்பட்டு அவன் செத்துப்போனான். இதற்காகக் கற்றழியானின் தந்தை திருவறையான் என்பவன் கோயில் மகாதேவர்க்கு நந்தா விளக்கு ஏற்ற 45 ஆடுகளைக் கொடையாக வழங்கினான்.

திரிபுவனச் சக்கரவர்த்தி குலசேகரத் தேவரின் 13ஆம் ஆட்சியாண்டில் பிராமணனை ஒருவன் கொன்றுவிட்டான். இதற்குத் தண்டனையாக எருமைக் கடாவின் காலடியில் அவனைக்கட்டி இழுத்துச்செல்லச்செய்து கண்டித்தனர். (மனுவினால்கூட இத்தகைய தண்டனை குறிப்பிடப்படவில்லை என்று 1950ஆம் ஆண்டிற்கான கல்வெட்டு ஆண்டறிக்கையைத் தயாரித்த ஆங்கில அதிகாரி குறிப்பிட்டுள்ளார்) திருத்தொண்டர் தொகையான் திருமடம் என்னும் பெயரில் மடம் ஒன்று திருப்பத்தூர் திருத்தளி ஆண்டாள் கோயிலின் தெற்கு நுழைவாயிலில் உள்ளது. இந்நிகழ்வு நிகழ்ந்த இடத்தில் சிறப்புணவு வழங்க இம்மடத்திற்கு நிலம் வழங்கப்பட்டுள்ளது (க.ஆ.அ.1909, ப.83, 1908: எண் 104, ப.16).

உருவச்சிலை நிறுவுதல்

பள்ளிப்படைக்கோவில்கள் மட்டுமின்றி பள்ளிப்படையாகக் கட்டப்படாத கோவில்களிலும்கூட மன்னர்களுக்கும் அவர் தம் குடும்பத்தினருக்கும் சிறப்பிடம் வழங்கப்பட்டது. இதன்

வாயிலாக அவர்கள் தெய்வீகத் தன்மை பெற்றவர்களாக மக்கள் நம்பும்படிச் செய்தனர்.

சுந்தரச்சோழன் இறந்த பிறகு அவன் மனைவி வானவன் மாதேவி உடன்கட்டை ஏறினாள். இவளது மகள் குந்தவை தன் தாயின் உருவச் சிலையைத் தஞ்சைப் பெருங்கோயிலில் நிறுவி அணிகலன்களும் வழங்கி வழிபடச்செய்தாள் (தெ.இ.க.II. பக்.73-76).

இதற்கு மாறாக, அரச பரம்பரையைச் சாராத சிலருக்குக் கோவிலில் சிலை வைக்கப்பட்டது. கல்வெட்டுகள் சில இதைக் குறிப்பிடுகின்றன.

மயிலாடுதுறையை அடுத்த புஞ்சை என்னும் ஊரில் உள்ள இரண்டாம் இராசாதிராசனின் கி.பி.1177ஆம் ஆண்டுக் கல்வெட்டு, கோவில் ஊழியர்கள் சிலர் தீப்பாய்ந்ததைக் குறிப்பிடுகிறது. கோவிலுக்குரியமையான நிலத்தின் எல்லைக் கற்களை அகற்றிவிட்டு நான்குபேர் அதனைப் பயன்படுத்தி வந்தனர். இக்குற்றம் அறங்காவலர்களாலும் ஊரிலுள்ள ஆண்டார்களாலும் உறுதிப்படுத்தப்பட்டது. இந்நிலையில் கோவிலின் உரிமையை நிலைநாட்ட கோவில் ஊழியர்களான திருச்சூல வேலைக்காரர்கள் சிலர் தீப்பாய்ந்து தற்கொலை செய்துகொண்டனர். இவர்களது உலோக உருவங்களைக் கோவிலில் நிறுவி வழிபாடு நிகழ்த்த ஏற்பாடு செய்யப்பட்டது. எல்லைக் கற்களை அகற்றி முறையற்ற வகையில் கோவில் நிலத்தைப் பயன்படுத்திய நால்வரிடமிருந்து இதற்காகத் தண்டம் பெறப்பட்டுள்ளது (ராசுகுமார் 2004: 86).

திருச்சிராப்பள்ளி மாவட்டம் அன்பில் கிராமத்தில் திருவான் தொடையார் கோவிலுக்கு நிலம் ஒன்று பொது மூலதனமாகக் கொடுக்கப்பட்டிருந்தது. இந்நிலத்திற்கு ஊர்ப் பொதுப் பொறுப்பிலிருந்து வரி செலுத்திவந்தனர். மூன்றாம் இராஜேந்திரனின் நான்காவது ஆட்சியாண்டின்போது (கி.பி.1249) அவ்வூர் மகாசபையார் அம்மூலதன நிலத்தை எடுத்துக்கொண்டனர். இது பொறாத பழுதையாண்டார் என்பவர் தம் எதிர்ப்பைத் தெரிவிக்கும் வகையில் தம் உயிரைப் போக்கிக்கொண்டனர். ஊர் மகாசபையாரும் ஊர் முதலியும் ஊரவரும் ஒன்றுகூடி இது குறித்து ஆராய்ந்தனர். கோவில் அதிகாரியின் கணக்குப்படியே நிலத்தைக் கொடுப்பதாக

மகாசபையார் ஆணை எழுதித் தந்தனர். அத்துடன் கோயில் நிலத்தைப் பாதுகாக்க உயிர்நீத்த பழுதையாண்டாருக்கு இந்நாயனார் திருக்கோயிலில் திருமேனியை எழுந்தருளிவித்து இந்நாயனாருக்கு அமுது படிக்கு மூலதனமாக அரை வேலி நிலத்தை வரி நீக்கி வழங்கினர்.²

இவ்விரண்டு நிகழ்வுகளிலும் கொலையுண்டவர்களுக்கு உலோகச் சிலை எழுப்பப்பட்டுள்ளது. இவர்கள் புறக்கணிக்கப்படவில்லை. இதற்குக் காரணம் அடித்தள மக்களின் எதிர்ப்புணர்வை எதிர்கொள்ள வேண்டும் என்னும் நிலைக்குக் கோவிலும் அரசும் தள்ளப்பட்டதுதான். இது குறித்து மே.து. ராசுகுமார் (2004: 93) பின்வருமாறு அவதானித்துள்ளார்.

> புஞ்சைக் கல்வெட்டில் கிடாரங் கொண்ட சோழநல்லூர் என்ற வேளாளர்களது ஊரும் அன்பில் கல்வெட்டு பெருங்குறி மகாசபை என்னும் பிராமணர்களது சபையும் காட்டப்படுவதிலிருந்து நிலவுடைமையாளர் எப்பிரிவினராக இருந்தாலும் செயல்பாடுகளில் பெருத்த வேறுபாடுகள் இருக்கவில்லை என்பது புலப்படுகிறது. வேளாளர்களது ஊரில் நான்கு தனிப்பட்டவர்கள் குறிப்பிட்ட நிலத்தைப் பயிரிட்டு வந்ததை ஊரார் கண்டித்துக் கொண்டிருந்தார்களேயன்றிக் கடுமையாக நடந்துகொள்ளவேயில்லை. அந்த நிலத்திற்கான எல்லைக் கற்களை மீண்டும் வைக்கவோ நிலத்தினைக் கைப்பற்றவோ எத்தகைய முயற்சியும் மேற்கொள்ளவில்லை. கற்றறிந்த பிராமணர்களது குடியிருப்பிலோ அந்தச் சபையினர் எல்லோருமாகக் கூட்டுச் சேர்ந்து கோயில் நிலத்தைக் கொள்ளை கொண்டிருந்தார்களேயன்றி 'தர்ம'த்தை நிலைநாட்ட யாருமே முன்வரவில்லை. வேளாளர்களது ஊரில் தனிப்பட்ட சிலரின் கயமை, சதுர்வேதம் ஓதிய பிராமணர்களது ஊரிலே அனைவரும் ஒன்று சேர்ந்த கயமை. இது மட்டுமே இரு பிரிவினருக்குமான வேறுபாடு.

கொலையுண்டவர்கள் நினைவாக நடுகல் நாட்டப்பட்டு அவர்களை வணங்குவது நாட்டார் சமய மரபு. ஆனால் சைவம் இவ்வழிபாட்டை ஒரு பக்கம் மாற்றி அமைத்தும் மற்றொரு பக்கம் புறக்கணித்தும் வந்துள்ளதை நாம் காணமுடியும்.

நிலவுடைமைச் சித்தாந்தத்தில் ஓர் அடிப்படைத் தேவையாக பக்தி இருந்தபோதிலும் அதன் பயன்கள் எல்லோராலும் சமமாக அனுபவிக்கப்படுவதில்லை என்று கோசாம்பி (1962:3) குறிப்பிடுவார். இதற்கு ஏற்ப பள்ளிப்படைக் கோவில்களின் வாயிலாகவும் சமாதிலிங்க ஸ்தாபிதம் வாயிலாகவும் அடித்தள மக்கள் புறக்கணிக்கப்பட்டு அந்த

இடத்தில் மன்னர்களும் சமய அடியார்களும் இடம் பெற்றுள்ளனர். மன்னருக்குத் தெய்வீகத்தன்மை வழங்கப் பள்ளிப்படைக் கோவில்களும் கோவில்களில் நிறுவப்படும் அவர்களின் உருவச் சிலைகளும் முக்கியப் பங்காற்றியுள்ளன.

கொலையுண்டவர்களை வணங்கும் நிலைக்கு மாற்றாக, கொலைக்குக் காரணமாக இருந்தவர்களிடமிருந்து பொன், நிலம், பசு, ஆடு என்பனவற்றைக் கொடையாகப் பெற்று, கோவிலில் விளக்கெரிக்கும் முறையை சைவம் அறிமுகப்படுத்தியுள்ளது. இங்கு கொலையுண்டவன் முற்றிலும் புறக்கணிக்கப்பட்டுள்ளான். கொலைக்குக் காரணமாய் இருந்தவன் ஏதேனும் ஒரு வகையில் கோவிலுக்குக் கொடை வழங்கியுள்ளான். இக்கொடையே அவனுக்குரிய தண்டனையாகும். நிலம், பொன் ஆகியன கோவிலின் நிலைத்த சொத்துக்களாகின்றன. ஆடுகள், மாடுகளின் இனப்பெருக்கமும் அவற்றின் சாணமும் கோவில் நிலங்களை வளப்படுத்தத் துணையாக அமைகின்றன. இறந்தோரின் ஆன்ம ஈடேற்றத்திற்காக விளக்கெரித்தல் என்ற பெயரில் கொடை பெறுவதன் வாயிலாகத் தன் வளத்தைச் சைவம் பெருக்கிக் கொண்டுள்ளது. குற்றம் செய்தவனுக்கு விதிக்கப்படும் தண்டம் அரசுக்குச் செல்லாமல் கோவில்களுக்கே சென்றுள்ளது.

அதே நேரத்தில் மக்களின் எதிர்ப்பால் பாதிப்பு ஏற்படும் என்று அஞ்சியபோது தற்கொலை செய்துகொண்டவர்களுக்குச் சிலைவடித்துச் சமரசம் செய்துகொண்டுள்ளது. இவ்வாறு முன்னோர் வழிபாட்டைத் தன் நலனுக்கேற்பச் சைவம் மாற்றி அமைத்துக்கொண்டாலும் அதன் மையக் கருத்தை ஒழித்துவிட முடியவில்லை. தொடர்ச்சியாக நமக்குக் கிட்டும் நடுகற்கள் இதற்குச் சான்றுகளாகும்.

ஒரு பக்கம் கொலையுண்டோரின் நினைவாக நந்தா விளக்கு வைத்தல் என்னும் பெயரில் கோவில்கள் பொருட் கொடை பெற, மற்றொரு பக்கத்தில் நடுகற்களும் உருவாகிக் கொண்டிருந்தன. சைவம் ஏற்றம்பெறத் தொடங்கிய பல்லவர் காலத்திலும் சைவம் ஆதிக்கம் செலுத்திய சோழர் காலத்திலுங்கூட நடுகற்கள் நடப்பட்டமைக்குக் கல்வெட்டுச் சான்றுகள் உள்ளன. கி.பி. ஆறு முதல் எட்டாம் நூற்றாண்டு வரையிலான பல்லவர் கால நடுகற்கள், செங்கம் என்னும்

இடத்தில் கிடைத்துள்ளன. இந்நடுகற்களில் பொறிக்கப்பட்டுள்ள கல்வெட்டுக்களைத் தொகுத்து இரா. நாகசாமி (1972) 'செங்கம் நடுகற்கள்' என்னும் பெயரில் பதிப்பித்துள்ளார். இவை அனைத்துமே போரில் மாண்டவர்களின் நினைவாக உருவானவை என்று கூறிவிட முடியாது. இயல்புக்கு மாறான நிலையில் இறந்துபோனவர்களுக்கு நடுகற்கள் நடப்பட்டன என்று கூறுவதே பொருத்தமானது. புலிவேட்டையில் இறந்தவனுக்கும் யானையால் தாக்குண்டு இறந்தவனுக்கும் நடுகற்கள் நடப்பட்டுள்ளன. ஆடு மாடுகளைக் கவர்ந்து செல்லும் கள்வர்களிடமிருந்து அவற்றை மீட்கும் முயற்சியில் இறந்தோர்க்கும் நடுகற்கள் நடப்பட்டுள்ளன. மனிதர்களுக்கு மட்டுமின்றி நாய், கோழி ஆகியவற்றிற்குங்கூட நடுகற்கள் நடப்பட்டுள்ளன. கி.பி.12ஆம் நூற்றாண்டைச் சேர்ந்த நடுகல் ஒன்றில் பெண்ணொருத்தியை ஓர் ஆடவன் கத்தியால் குத்தும் காட்சி புடைப்புச் சிற்பமாக அமைந்துள்ளது. இந்நடுகல்லில் பொறிக்கப்பட்டுள்ள சொற்களும் எழுத்துகளும் இடம்மாறி உள்ளதாகக் குறிப்பிடும் கிருட்டிணன், சங்கன் என்பவன் குணமயன் செட்டியின் தேவியைக் கொன்றதாகக் கல்வெட்டு தெரிவிப்பதாகக் கருதுகிறார். தீப்பாய்ந்த பெண்கள் நினைவாகவும் கல்வெட்டுகள் நடப்பட்டுள்ளன. இவற்றுள் சில 'தீப்பாய்ந்த அம்மனாக' மாற்றம் பெற்றன.

நடுகல்லின் வளர்ச்சிநிலையாகவே இறந்துபோனவனின் குறிப்பாகக் கொலையுண்டோனின் உருவத்தைச் சிலையை வடிவாக்கி வழிபடும் வழக்கம் உருவாகியுள்ளது. ஆதிக்கச் சாதியினருடன் ஏற்பட்ட முரண்பாடுகளின் விளைவாகக் கொலை செய்யப்பட்டவர்களுக்குச் சிலை வடித்து வணங்கும் வழிபாட்டுமுறை தமிழக நாட்டார் சமயத்தில் பரவலாக இடம்பெற்றுள்ளது. மன்னர் ஆட்சி மறைந்தபின் திருவிளக்கு மானியங்கள் ஆதிக்கச் சாதியினரின் இல்லங்களில் பேரொளி ஏற்றும் மானியங்களாக மாற்றமடைந்தன. அத்துடன் முறையான குற்றவியல் சட்டம் நடைமுறைப்படுத்தப்பட்டது. இதன் விளைவாக நந்தா விளக்கு ஏற்றி வைக்கும் தண்டனை முறை ஒழிந்தது. அதே நேரத்தில் கொலையுண்டோர் நினைவாக உருவான நாட்டார் தெய்வங்கள் அடித்தள மக்களிடம் செல்வாக்குடன் நிலைத்தன. இதனைப் பொற முடியாத சைவ சமய வெறியர்கள் மூத்தோர் வழிபாட்டின் மீதான தம் தாக்குதலை நேரடியாகத் தொடுக்கத் தொடங்கினார். நல்லூர்

ஆறுமுக நாவலர் (1996: 100) நாட்டார் தெய்வங்களைக் குறித்துப் பின்வருமாறு குறிப்பிடுகிறார்.

> **சைவசமயிகள் என்று பெயரிட்டுக்கொண்டு அநேக மூடர்கள் உயிர்ப்பலி ஏற்கிற துட்ட தேவதைகளையும் காடன், மாடன், சுடலை மாடன், காட்டேறி, மதுரை வீரன், கருப்பன், பதினெட்டாம்படிக் கருப்பன், சங்கிலிக் கருப்பன், பெரிய தம்பிரான், முனி, கண்ணகி, பேச்சி முதலானவர்களையும் வணங்குகிறார்கள்... இவர்கள் எல்லோரும் சிவத் துரோகிகள். இவர்களே அஞ்ஞானிகள்.**

மறைமலையடிகளும் இப்போக்கிலேயே கருத்தை வெளியிட்டுள்ளார்.

> **முழுமுதற் கடவுளாகிய நம் சிவபெருமானைப் பற்றி வேறு நம் போன்ற சிற்றுயிர்களின் வடிவங்களைக் கல்லிலுஞ் செம்பிலுஞ் செய்து வைத்துக்கொண்டு அவற்றை வணங்குதலே பெரிதுங் குற்றமாவதாம். மாரி, கூனி, எசக்கி, கறுப்பண்ணன், மதுரை வீரன் முதலிய ஆவிகளெல்லாம் நம்போற் குற்றமுடைய சிற்றுயிர்களாதலின் அவற்றைத் துணையாகக் கொள்வது, ஒரு குருடன் மற்றொரு குருடனைத் துணை கூட்டிச் சென்று இருவரும் பள்ளத்தில் வீழ்வதற்கே ஒப்பாம்... ஈசாவசியோபநிடத்தின் ஒன்பதாவது மந்திரமும், அறியாமையோடு கூடிய சிற்றுயிரின் வடிவங்களை வணங்குபவர்கள் இருள் நிறைந்த நிரயத்திற்குச் (நிரயம் - நரகம்) செல்கிறார்கள் என்கிறது**

என்று இங்ஙனமே கூறியுள்ளார். தமிழறிஞரும் சைவப் பற்றாளருமான மு. அருணாசலம், இத்தெய்வங்களுக்குக் குற்றக் கடவுளர் என்ற பொருளில் Criminal Gods என்ற பட்டத்தை ஆங்கிலத்தில் வழங்கி மகிழ்ந்துள்ளார். இவரைப் பின்பற்றியே ஆல்ப் ஹில்ட்பெட்டல் என்ற அமெரிக்கர் தமிழக நாட்டார் தெய்வங்கள் குறித்த தமது நூல் ஒன்றுக்கு "Criminal Gods and Demon Devotees" என்று தலைப்பிட்டுள்ளார்.

தெய்வங்களாக வழிபடப்படும் வீரர்களின் தனிப்பட்ட ஒழுக்கத்தைத் தாக்கும் செயலை இவர்கள் செய்துள்ளனர். மூத்தோர் வழிபாட்டைச் சைவத்தால் முழுமையாக உறிஞ்ச முடியாத நிலையில் தமது ஆற்றாமையை இவ்வாறு வெளிப்படுத்தியுள்ளனர்.

இச்சைவ மேட்டிமையோர் வரிசையில் காவ்யா சண்முகசுந்தரமும் அண்மையில் சேர்ந்துள்ளார். நாட்டார்

வழக்காறுகளை வர்க்கப் பார்வையில் பார்ப்பதைப் பஞ்சமாபாதகமாகக் கருதி "மருண்டவன் கண்களுக்கு இருண்டதெல்லாம் பேய்தான். எங்கும் எதிலும் வர்க்கப் பார்வைதான்" என்று தமது 'அகத்தாரும் புறத்தாரும்' என்னும் நூலில் (பக். 9) பகடி செய்யும் இவர், தமது சுடலைமாடன் வழிபாடு என்ற நூலில் வருணப் பர்வையில் நாட்டார் தெய்வங்களைப் பின்வருமாறு மதிப்பிட்டுள்ளார்: (ஒருவேளை வர்க்கப் பர்வையைவிட வருணப்பார்வை மேல் என்று கருதிவிட்டாரோ என்னவோ)

> **நாகரிகமுற்ற எந்தச் சமுதாயமும் வெறுத்து ஒதுக்குகிற குடிபோன்ற தீய பழக்கவழக்கங்களில் இந்நாயகர்கள் மூழ்கித் திளைப்பர். இதனால் பொதுமக்கள் தங்களுக்கு எவ்விதம் பாதிப்பும் இல்லை என்றே நம்பினர்.... தஞ்சைப் பகுதியில் காத்தவராயனும் மதுரைப் பகுதியில் மதுரைவீரனும், நாகர்கோவில் பகுதியில் சின்னத்தம்பியும் நெல்லைப்பகுதியில் சங்கலிப் பூதத்தானும் இத்தகைய நிலையில் தெய்வமாக வழிபடப்படுகின்றனர்.**

இத்தகைய மேட்டிமை மதிப்பீடுகளையெல்லாம் கடந்து செல்வாக்குப் பெற்ற ஒன்றாக அடித்தள மக்களிடம் இன்றுவரை மூதாதையர் வழிபாடு நிலைபெற்றுள்ளது.

நாட்டார் சமயக் கடவுள்களில் பெரும்பாலானவை கொலையில் உதித்த தெய்வங்களே. இன்றும்கூட இவை உருவாகின்றன. தருமபுரி மாவட்டம் இலக்கியம்பட்டியில் வேளாண்மைப் பல்கலைக்கழகத்தின் பேருந்துக்கு எரியூட்டப்பட்டபோது நெருப்பில் சிக்கி நான்கு மாணவியர் இறந்துபோயினர் (பிப்ரவரி 2000). அப்பகுதி மக்கள் அவர்கள் நினைவாகக் கல் நட்டு அம்மன்களாக வழிபடத் தொடங்கினர். குற்றச்சாட்டுக்கு ஆளாகிய அ.தி.மு.க.வினர் சிலர் அதை அப்புறப்படுத்தியது அண்மைக் கால நிகழ்ச்சி. இறந்தோர் வழிபாட்டைச் சைவம் முன்னர் உறிஞ்சியது என்றால் இன்று இந்துத்துவ அமைப்புகள் நாட்டார் தெய்வங்களைச் சிவன், விஷ்ணு, பார்வதி, லெட்சுமி ஆகிய தெய்வங்களுடன் உறவு கற்பித்தும் நாட்டார் தெய்வக் கோயில்களில் பிள்ளையார், முருகன், சிலைகளை நிறுவியும் கொலையில் உருவான தெய்வங்களை ஒழிக்கும் முயற்சியில் ஈடுபடுகின்றன. இது தமிழக சமூகப் பண்பாட்டு வரலாற்றுக்கான முக்கியத் தடயங்களை அழிக்கும் முயற்சியாகும்.

அடிக்குறிப்பு

1. எருமையை மேயவிட்டவனைக் கொன்ற செய்தி 1919ஆம் ஆண்டிற்கான கல்வெட்டாண்டறிக்கையில் இடம் பெற்றுள்ளது. அதே அறிக்கையில் படியெடுத்த கல்வெட்டுகள் குறித்த பட்டியலில் (பக்.57, குறிப்பு எண். 110) பயிரில் மேய்ந்த எருமையைக் கொன்றதாகக் குறிப்பிடப்பட்டுள்ளது. கல்வெட்டின் மூலம் வெளியாகாத நிலையில் கொல்லப்பட்டது எருமையா? மனிதனா? என்பதில் தெளிவு இல்லை.

2. வைணவத்திலுங்கூட இத்தகைய செயல்பாடுகள் நிகழ்ந்துள்ளன. 'இறந்தகாலம் எடுத்த பெருமாள் ஐயங்கார் அப்பா வையங்கார்' என்பவர் திருவரங்கம் கோயில் பூசை ஒழுங்காக நடக்கக் கோபுரத்திலிருந்து கீழே விழுந்து உயிர் நீத்துள்ளார்.

துணைநின்ற நூல்கள்

தென் இந்தியக் கல்வெட்டுகள், தொகுதி, 7.8.22 பகுதி-1

கல்வெட்டாண்டு அறிக்கை 1908, 1909, 1918, 1919.

இராசமாணிக்கனார், 2000, *பல்லவர் வரலாறு.*

ராசுகுமார், மே.து., 2004, *சோழர் கால நிலவுடைமைப் பின்புலத்தில் கோயில் பொருளியல், சென்னை.*

பக்தவத்சல பாரதி, 1990, *பண்பாட்டு மானிடவியல்.*

பொன். கணேசன், ஏழாம் தந்திரம், 2001, *என்னை நன்றாக இறைவன் படைத்தான்* (திருமந்திர உரைநடை) பதிப்புக்குழு.

D.D. Kosambi, 1962, *Myth and Reality*.

Nagaswami R., 1974, *Seminar on Hero-Stones*.

◆

பக்தி இயக்கத்தில் தீண்டப்படாதார் நிலை

பல்லவர் ஆட்சிக்காலத்தில் சைவம், வைணவம் என்ற இரு வைதீக சமயங்கள் ஆதிக்கம் பெற்றன. இதனடிப்படையில் சமணம், பவுத்தம் என்ற அவைதீக சமயங்களுக்கு எதிராகப் பல்வேறு நிலைகளில் இவ்விரு சமயங்களும் போராடின. அதே நேரத்தில் சைவமும் வைணமும் தம்முள் முரண்பட்டுப் போராடவும் செய்தன. இதனடிப்படையில் இக்காலத்தைச் சமயப்பூசல்களின் காலம் என்று கூறுவதில் தவறில்லை. ஆயினும் சைவ வைணவச் சார்பின் அடிப்படையில் சமயப் பூசல்கள் மலிந்திருந்த இக்காலகட்டத்தைப் பக்தி இயக்கம் என்று அழைப்பது மரபாகிவிட்டது.

பக்தி இயக்கக் காலமென்று தவறாகக் குறிப்பிடப்படும் இக்காலக்கட்டத்தில் சைவமும், வைணமும் சில வழிமுறைகளை மேற்கொண்டு தம் சமயத்தைப் பரப்பின. இம்முயற்சியில் சைவ சமய நாயன்மார்களும் வைணவ சமய ஆழ்வார்களும் முக்கியப் பங்காற்றினர். இவர்களில் சிலர் பக்திப்பனுவல்கள் இயற்றுபவர்களாகவும் சிலர் இசையுடன் பாடுவதில் வல்லவராயும் சிலர் இசைக் கருவிகளை மீட்டுபவர்களாகவும் விளங்கினர். இத்தகைய ஆற்றல்கள் எவையும் இல்லாவிடினும் மட்டுமீறிய பக்தியுணர்வு, பிற சமயக் காழ்ப்புணர்வு ஆகிய தகுதிகளைப் பெற்றிருந்தோறும் இவ்வரிசையில் இடம் பெற்றுள்ளனர்.

பக்தி இயக்கம் என்ற வட்டத்திற்குள் இழுக்கப் பட்டவர்களுள் தீண்டத்தகாதவர்கள் என்ற பிரிவைச் சார்ந்தவர்களும் உண்டு. இது வியப்பிற்குரிய ஒன்று மட்டுமின்றி

ஆராயப்பட வேண்டிய செய்தியும் ஆகும். ஏனெனில் பக்தி இலக்கியக் காலத்தில் அரசியல் மற்றும் சமூகச் சூழல் தீண்டாமைக் கருத்தியலுக்கு ஆதரவான நிலையிலேயே இருந்தது.

எவ்வாறெனில் பக்தி இயக்கக் காலத்தியப் பேரரசான பல்லவப்பேரரசு வேத சமய ஆதரவைக் கொண்டிருந்த ஒன்று. பல்லவ வரலாற்றில் முக்கிய இடம் பெறும் இரண்டாம் மகேந்திரவர்மனின் (கி.பி. 670-685) செப்பேடுகள் வருணாசிரம தருமத்தை, அவன் நிலைநிறுத்தியதாகக் குறிப்பிடுகின்றன. வேலூர்ப் பாளையப்பட்டயம் இவன் அவ்வவ் வகுப்பார் நடக்க வேண்டும் முறைகளைக்கூறும் அறநூல்வழி ஆண்டான் என்று குறிப்பிடுகிறது (இராச மாணிக்கம், மா., 2000:130). மேலும் தன் ஆயுள் விருத்திக்காக வழங்கிய பிரம்மதேயக் கிராமங்கள் பெரும்பாலும் வரிவிலக்கு பெற்றவையாயும் பிறதொழில் புரிவோர் வாழ்வதற்கும் தொழில் புரிவதற்கும் கட்டுப்பாடுகள் மிக்கதாகவும் இருந்தன. சான்றாகப் பிரம்மதேயக் கிராமத்தில் வாழும் ஈழவர்கள் அங்குள்ள தென்னை, பனை மரங்களில் கள் இறக்கத் தடை விதிக்கப்பட்டிருந்தது.

அரசர்களின் ஆதரவை வடமொழி பெற்றிருந்தது. சுருங்கக்கூறின் ஆள்வோரின் முழுமையான ஆதரவைப் பிராமணியம் பெற்றிருந்தது.

பிராமணியத்தின் இலக்கியங்களாகப் பின்வருவனவற்றை அம்பேத்கார் (1995: 119) குறிப்பிடுவார்.

1. மனுஸ்மிருதி
2. கீதை
3. சங்கராச்சாரியாரின் வேதாந்தம்
4. மகாபாரதம்
5. இராமாயணம்
6. புராணங்கள்

இவற்றுள் மனுஸ்மிருதி, முதன்முறையாக நான்கு வர்ணத்திற்கு வெளியே அவர்ணர்களைச் (வர்ணமற்றவர்களை) 'சண்டாளர்' என்ற பெயரில் உருவாக்கியது. அவர்கள் மேல் பல இழிவான கட்டுப்பாடுகளை விதித்தது.

மொத்தம் 128 ஸ்மிருதிகள் உள்ளதாக கானே என்ற வடமொழி இலக்கியப் பேரறிஞர் கணக்கிட்டுள்ளார். ஸ்மிருதிகள் என்பவை சட்ட நூல்கள் என்று குறிப்பிடப்படுகின்றன. இது குறித்து அம்பேத்கர் (1925: 243),

ஸ்மிருதிகள் சட்டப்புத்தகங்கள் என்று கூறப்படுகின்றன. இது அவற்றின் உண்மையான தன்மையை மறைக்கிறது. உண்மையில் அவை பிராமணர்களின் உயர்ந்த நிலையையும், அவர்களின் சிறப்பு உரிமைகளையும் வலியுறுத்திக் கூறும் புத்தகங்களாகும். சமூகத்தில் தமக்குக் கீழே மூன்று வர்ணங்களையும் அவற்றிக்கு வெளியே வர்ணமற்ற ஒரு புதிய பிரிவையும் மனுவின் துணையுடன் பிராமணியம் உருவாக்கிக் கொண்டது. (இக்காரணத்திற்காகத்தான் மனு ஸ்மிருதியை அம்பேத்கர் நெருப்பிட்டுக் கொளுத்தினார்). இப்புதிய பிரிவு குறித்து மனு பின்வரும் விதிமுறைகளைத் தன் நூலில் குறிப்பிட்டுள்ளார்.

ஊருக்கு வெளியில் சண்டாளனும், ஸ்வபாகனும் குடியிருக்கவும். இவர்கள் உலோகத்தாலான பாத்திரங்கள் உபயோகிக்கக் கூடாது. இவர்கள் தீண்டிய பாத்திரங்கள் துலக்கினாலும் தூய்மையாகா. நாய், கழுதை இவற்றை இவர்கள் வளர்க்கலாம். மாடு முதலியன வைத்துப் பிழைக்கக் கூடாது (10.51).

இவர்கள் பிணத்தின் ஆடையை அணிய வேண்டும். உடைந்த சட்டியில் சோறுண்ண வேண்டும். இரும்பு, பித்தளை ஆகியவற்றை அணிய வேண்டும். எப்போதும் தொழிலுக்காகச் சஞ்சரிக்க வேண்டும் (10.52).

நற்கருமங்கள் நடைபெறுகையில் இவர்களைக் காண்பதோ, பேசுவதோ கூடாது. இவர்கள் தங்கள் வகுப்பிலேயே பெண் எடுக்கவும் கொடுக்கவும் கடன் கேட்டலும் வேண்டும் (10.53).

இவர்களுக்கு நேரே உணவு பரிமாறாமல் ஏவலாளரைக்கொண்டு உடைந்த சட்டியில், அன்னமிட்டு வைக்க வேண்டும். இவர்கள் ஊரிலும் நகரிலும் இரவில் திரியக்கூடாது (10.54).

அந்தணன், ஆண், பெண்பாலர் இவர்களைக் காக்கும் பொருட்டுக் கூலி பெறாமல் உயிரைத் தியாகம் செய்வதே தீண்டத்தகாத பிறப்பினர் சுவர்க்கம் புகும் நல்லாறு (10.62).

இது பிற்காலச் சோழர் காலத்தில் நடைமுறையில் இருந்ததைப் புலைப்பாடி குறித்த சேக்கிழாரின் வர்ணணையின் வாயிலாகவும் நந்தனார், திருநீலகண்ட யாழ்ப்பாணர் குறித்த செய்திகள் வாயிலாகவும் அறிந்துகொள்ளலாம்.

சேக்கிழார் பிற்காலச் சோழர் காலத்தவர் என்றாலும் அவர் குறிப்பிடுவது தமக்கு முந்திய சமூகத்தின் நடைமுறைகளையும் சேர்த்துத்தான் எனக் கருதுவதில் தவறில்லை.

சைவமும் தீண்டத் தகாதவர்களும்

சைவ நாயன்மார்களில் ஒருவரும், தேவாரம் பாடிய மூவருள் ஒருவருமான திருநாவுக்கரசர் தமது தேவாரப் பதிகம் ஒன்றில் புலையர்கள் என்ற பெயரில் வாழ்ந்த தீண்டத்தகாதவர்கள் குறித்துப் பின்வரும் பதிகத்தைப் பாடியுள்ளார்.

அங்கமெலாம் குறைந்து அழுகு தொழுநோயரா(அ)ய்
ஆவுரித்துத் தின்றுழலும் புலையரேனும்
கங்கைவார் சடைக்கரந்தார்க் கன்பர்ஆகில்
அவர்கண்டீர் நாம்வணங்கும் கடவுளாரே!

இதைப் படித்தவுடன் 'ஆவுரித்துத் தின்னும் புலையரை' வணக்கத்திற்குரிய கடவுளாக ஏற்றுக்கொள்வதாகக் குறிப்பிடுவது நம்மை நெக்குருகச் செய்கிறது. உடல் சிலிர்த்து உள்ளம் உருகிய நிலையிலிருந்து விடுபட்டு நிதானமாக யோசித்துப் பார்க்கும்போது அவ்வாறு கடவுளாக வணங்க நிபந்தனை ஒன்றை அவர் விதித்துள்ளது புரிகிறது. "**கங்கைவார் சடைக் கரந்தார்க்கு அன்பராகில்**" என்பதுதான் அவர் விதிக்கும் நிபந்தனை. "**அன்பராகாவிடில்?**" என்று நாம் எதிர்க் கேள்வி எழுப்பினால் என்ன விடை கிடைக்கும் என்பது தெரியாததல்ல.

என்றாலும் நாவுக்கரசரின் இப்பதிகம் சைவர்களால் ஓரளவுக்கேனும் நடைமுறைப்படுத்தப்பட்டது என்ற உண்மையைச் சுந்தரரின் (9ஆம் நூற்றாண்டு) தேவாரப் பாடல்கள் உணர்த்துகின்றன. கண்ணப்ப நாயனார் குறித்துத் தமது திருக்குறுக்கை வீரட்டம் பதிகத்தில் (482) பின்வருமாறு அவர் புகழ்ந்து பாடியுள்ளார்.

காப்பதோர் வில்லு மம்புங் கையதோ ரிறைச்சிப் பாரம்
தோற்பெருஞ் செருப்புத் தொட்டுத் தூயவாய்க் கலச மாட்டித்
தீப்பெருங் கண்கள் செய்ய குருதிநீ ரொழுகத் தன்கண்
கோப்பதும் பற்றிக் கொண்டார் குறுக்கைவீ ரட்ட னாரே. (7)

திருநாளைப் போவார், கண்ணப்பன் ஆகிய இருவரையும் தமது திருப்புன்கூர்ப்பதிகத்தில் (பதிகம் 4) குறிப்பிடுகிறார். தமது திருத்தொண்டர் தொகை நூலில்

"கலைமலிந்த சீர்நம்பி கண்ணப்பற் கடியேன்" (2)

"செம்மையே திருநாளைப் போவாற்கும் அடியேன்" (3)

"திருநீல கண்டத்துப் பாணனார்க் கடியேன்" (11)

என்று அடக்கத்துடன் நந்தனார், கண்ணப்பர், திருநீலகண்ட யாழ்ப்பாணர் மூவரையும் பாடியுள்ளார். இம்மூவரும் முறையே புலையர், வேடுவர், பாணர் வகுப்பைச் சேர்ந்தவர்கள். இதனடிப்படையில் நோக்கும்போது நாவரசர் கூறியதைச் சைவம் ஏற்றுக்கொண்டது என்பதுபோல் தோன்றுகிறது. ஆனால், இம்மூவரது வரலாற்றையும் சற்றுப் பொறுமையாக அவதானித்து, இவர்களைச் சைவம் எவ்வாறு உள்வாங்கிக் கொண்டது என்பதை ஆராய்வது அவசியம்.

திருநாளைப்போவார் என்றழைக்கப்பட்ட நந்தனார், தில்லைவாழ் அந்தணர்கள் அமைத்துக்கொடுத்த நெருப்பினில் மூழ்கித் தம் இழிபிறவியைப் போக்கிய பின்னரே தில்லைக் கோவிலுக்குள் நுழைய முடிந்தது. பின்னர் அவர் சோதியில் கலந்ததாகப் பெரிய புராணம் குறிப்பிடுகிறது. அவர் நுழைந்த தெற்குக் கோபுர வாயிலில் நடராசரை நோக்கியவாறு பிரமாண்டமாக நந்தி இருக்க, உட்பிரகாரத்தின் தென்பகுதி நுழைவாயில் அடைக்கப்பட்டிருக்கிறது. நடராசரையும் சிவனையும் பிரித்து நிற்கும் இச்சுவர் புதிதாகக் கட்டப்பட்டது என்பது கண்டவுடனேயே தெற்றெனப் புலனாகும். இது மேலும் ஆய்வுக்குரிய ஒன்று.

எத்துணைப் பக்தியுணர்வு கொண்டவராக இருந்தாலும் நெருப்பினுள் மூழ்கித் தீண்டத்தகாதவர் தம்மைத் தூய்மைப் படுத்திக்கொள்ள வேண்டிய கட்டாயம் இருந்தது. இதுபோன்றே கண்ணப்பன் தன் கண்ணைப் பறித்தெடுத்துத்தான் தன் பக்தியை உணர்த்த வேண்டிய நிலையிருந்தது.

திருநீலகண்ட யாழ்ப்பாணர் யாழ் வாசிக்கும் சிறப்பினால் 'யாழ்ப்பாணர்" என்று அழைக்கப்பெற்றவர். ஆயினும் அவர் பிறந்த பாணர் குலம் தீண்டாமைக்கு ஆட்பட்டிருந்தமையால் கோவிலின் உள்சென்று பாட முடியவில்லை. மதுரையிலும் திருவையாற்றிலும் கோவில் நுழைவாயில் முன்நின்றுதான் பாடினார். மதுரையில், வாயிலில் நின்ற அவரை இறைவன் கட்டளைப்படி உள்ளே அழைத்துச்சென்றதாகத் திருத்தொண்டர் புராணம் குறிப்பிடுகிறது. சீர்காழியில் திருஞானசம்பந்தரைச்

சந்தித்துச் சம்பந்தரின் திருப்பதிகங்களை யாழில் இட்டு வாசித்துள்ளார். அவரது இசைஞானம் அந்தணருக்கும் கண்ணப்பனாருக்கும் நேர்ந்த கடும் சோதனைக்கு ஆளாகாமல் தடுத்துள்ளது.

வைணவரும் தீண்டத்தகாதவர்களும்

பழுதிலா வொழுக லாற்றுப்
பலசதுப் பேதி மார்கள்
இழிகுலத் தவர்க ளெனும்
எம்மடி யார்க ளாகில்,
தொழுமினீர் கொடுமின் கொள்மின்
என்றுநின் னோடு மொக்க,
வழிபட வருளி னாய்போன்ம்
மதிள்திரு வரங்கத் தானே   (913)

என்று தொண்டரடிப்பொடியாழ்வாரும்

குலத்தாங்கு சாதிகள் நாலிலும் கீழிழிந்து
நலந்தானிலாத சண்டாளர் களாகினும்
வலந்தாக்கு சக்கரத்து அண்ணல் மணிவண்ணற்கு
ஆள்என்றுள் கலந்தார் அடியார்தம் அடியார் எம்அடிகளே!

என்று நம்மாழ்வாரும் தீண்டத்தகாதவர்களை முறையே இழி குலத்தவர், சண்டாளர் என்ற சொற்களால் குறிப்பிடுகின்றனர்.

திருப்பாணாழ்வார் என்ற ஆழ்வார், பாணர் குலத்தவர், தம் பிறப்பின் காரணமாகத் திருவரங்கத்திற்குள் அவரால் நுழைய முடியவில்லை. எனவே திருவரங்கத்திற்கு அருகில், குடமுருட்டி ஆறு காவிரியோடு கலக்குமிடத்தில் திருவரங்கனை நோக்கி மிகுந்த ஈடுபாட்டுடன் பாடுவதைத் தொழிலாகக் கொண்டிருந்தார். ஒருநாள் லோக ஸாரங்க மஹாமுனி என்பவர் காவிரி நீர் எடுக்கப் பொற்குடத்துடன் அப்பகுதிக்கு வந்தார். தாழ்ந்த குலத்தவரான திருப்பாணரைத் தூரப்போகும்படி கூவினார். பக்தியில் ஆழ்ந்திருந்த திருப்பாணரின் காதுகளில் அது விழவில்லை. அந்தணர்கள் பலரும் கூடி உரக்கக் கூவியும் அவர் விலகாமையால் கோபங்கொண்டு அவர்மீது கற்களை எறிந்தனர். கற்களால் காயமடைந்தாலும் அவர் அவ்விடத்தை விட்டு நீங்கவில்லை.

தன் பக்தனின் துன்பத்தைப் பொறாத அரங்கன் தன் நெற்றியில் இரத்தம் வடியும்படிச் செய்தார். எல்லோரும்

இதற்கான காரணமறியாது அஞ்சி நடுங்கி இருந்தனர், லோக ஸாரங்க முனிவரின் கனவில் தோன்றிய அரங்கநாதர் "அந்தணரே! என்னுடையவரான திருப்பாணனாரைத் தாழ்ந்தவராக எண்ணாதீர். பக்தியுடன் அவரை உமது தோள்களில் சுமந்து என்னருகில் அழைத்து வாரும்" என்று கூறினார்.

அதன்படி திருப்பாணாழ்வாரைக் கண்டு கனவில் அரங்கநாதன் இட்ட கட்டளையைக் கூறினார். திருப்பாணாழ்வாரோ, "பெரியவரே" நான் இழிந்த சாதியில் பிறந்தவன். மிகச்சிறந்ததான திருவரங்கம் பெரிய கோயிலை நான் கால்களாலே தீண்டவும் தகாதவன். ஆகையால், அந்த நகரத்துக்குள் நுழையவே மாட்டேன் என்று மறுதலித்தார். லோக ஸாரங்கர், "அப்படியானால் அடியேனான என்னுடைய தோள்களிலே ஏறி வீற்றிருப்பாராக, பெரியவரே! திருவரங்கன் ஆணையிட்டபடியே செய்வீர். திருவரங்கராஜனுடைய திருவாணையை நாம் இருவரும் மீறக் கூடாதன்றோ" என்று கூறித் திருப்பாணாழ்வாரைத் தம் தோள்களில் ஏற்றிச் சென்றார்.

பின் அரங்கநாதன் திருமேனியைத் தரிசித்து மகிழ்ந்தார். அதன் வெளிப்பாடாக "அமலனாதிபிரான்" என்ற பத்துப் பாட்டுக்கள் கொண்ட திவ்யப் பிரபந்தத்தை உருவாக்கினார். இறுதியாகத் தம் உடலோடு அரங்கன் திருமேனியில் ஐக்கியமானார்.

இவ்வாறு வைணவ சமயத்தில் தீண்டத்தகாதவர்கள் என்று ஒதுக்கி வைக்கப்பட்ட மக்கள் குழுவிற்கு ஓர் இடம் வழங்கப்பட்டுள்ளது.

சைவ வைணவத்துடன் தீண்டத்தகாதவர் ஏற்றுக்கொள்ளப் பட்டமைக்கான காரணம்

வைதீக சமயங்களான சைவமும், வைணவமும் தீண்டத்தகாதவர்கள் என்று ஒதுக்கிவைக்கப்பட்ட மக்கள் ஒரு சிலருக்கு மதிப்பிற்குரிய இடத்தை இவ்வாறு வழங்கியுள்ளன. ஆனால் இது தீண்டாமை என்ற கருத்தியலைப் புறந்தள்ளி வழங்கப்பட்டதல்ல. இக்கட்டுரையின் தொடக்கத்தில் குறிப்பிட்டது போல் சமயப்பூசல்கள் மிகுந்திருந்த காலகட்டத்தில்

சமயத்தைப் பின்பற்றுபவர்களின் எண்ணிக்கைக்கு முக்கியம் இருந்தது. இதனடிப்படையில் தம் சமயத்தை நெருங்கி வந்தவர்களுக்கு ஓர் இடத்தை இவை வழங்கியுள்ளன.

மேலும் பக்தி இயக்கக் காலத்தில் ஆளுவோராக இருந்த பல்லவர்கள், புதிய நிலங்களைச் சாகுபடிக்குக் கொண்டு வருவதில் ஆர்வம் காட்டி வந்தனர். முற்காலப் பல்லவர் (கி.பி. 250-340) காலத்திய முதல் மன்னனான பப்பதேவன் என்பவன் தொண்டை மண்டலத்தில் ஒரு லட்சம் கலப்பைகளைத் தானமாக வழங்கி வேளாண்மையைப் பரப்பியுள்ளான். கி.பி. எட்டாம் நூற்றாண்டிற்குப் பிந்தைய பல்லவர்காலக் கல்வெட்டுகளில் “காடவன்” “காடர்கோன்” “காடுவெட்டி” என்ற பட்டங்கள் இடம்பெற்றுள்ளன. காடுகளை அழித்து நாடாக்குவதில் பல்லவர்கள் காட்டிய முனைப்பின் வெளிப்பாடே இப்பட்டங்கள்.

இவ்வாறு சாகுபடிக்குக் கொண்டுவரப்பட்ட நிலங்கள் தேவதானம் என்ற பெயரில் சைவ வைணவக் கோயில்களுக்கும், பிரம்மதேயம் என்ற பெயரில் பிராமணர்களுக்கும் கொடையாக வழங்கப்பட்டன. நிலங்கள்தவிர கிராமங்களையும் புதிதாக உருவாக்கி அவற்றையும் பிரம்மதேயமாக வழங்கினர். சைவ வைணவக் கோவில்களும் தமக்குரிமையாகக் கிராமங்களைக் கொண்டிருந்தன. கோவில்களின் வளர்ச்சியும் பிரம்மதேயக் கிராமங்களின் வளர்ச்சியும் அடிப்படையில் வேளாண் உற்பத்தியை நம்பியே இருந்தன. கோவில் பொருளாதாரம் என்று கூறத்தக்க வகையில் பல்லவர்காலக் கோயில்கள் அக்காலச் சமூகத்தின்மீது பொருளியல் ஆதிக்கம் செலுத்தின. வாசி (பஞ்சம்) தீரவே காசு நல்கும் வளம் படைத்திருந்த நிலையைத் திருவீழிமிழலைப் பதிகத்தால் அறிய முடிகிறது.

வேளாண் உற்பத்தியை மையமாகக் கொண்ட பொருளாதார அமைப்பில் அதில் பாடுபடும் அடித்தள மக்களாக விளங்கிய தீண்டத்தகாத மக்களைப் புறக்கணிக்க முடியாது. அதே நேரத்தில் சைவமும் வைணவமும் உள் வாங்கியிருந்த வைதீக நெறியும் ஆகம விதிகளும் தீண்டாமைக் கருத்தியலை அழுத்தமாக வலியுறுத்தும் தன்மையன. ஒரு பக்கம் பொருளாதார நலன் மற்றொரு பக்கம் தீண்டாமைக் கருத்தியல் சார்பு என்ற இரண்டிற்கும் இடையே இணக்கம்

காணும் வழிமுறையாகத் தீண்டத்தகாதவர் என்று வைதீக நெறியால் முத்திரைக் குத்தி ஒதுக்கி வைக்கப்பட்ட மக்கள் பிரிவிலிருந்து ஒரிருவரைத் தேர்ந்தெடுத்து நாயன்மார்கள் வரிசையிலும் ஆழ்வார்கள் வரிசையிலும் இணைத்துக் கொண்டுள்ளனர்.

அடுத்து, தம் உழைப்பு தெய்வீகம் சார்ந்தது என்ற உணர்வை இம்மக்களிடம் உருவாக்கி மறு உலகைக்காட்டி இவ்வுலகை அவர்களிடமிருந்து பறித்துக்கொண்டனர். மறுக்கப்பட்ட உரிமைகளை அவ்வப்போது சலுகைகளாக வழங்கி நிறைவடையச் செய்தனர். ஆனால் அடிப்படையில் தம் வருணநலனையும் தீண்டாமைக் கருத்தியலையும் விட்டுக் கொடுக்கவில்லை.

இது பக்தி இயக்கக் காலத்திற்குப் பிந்தைய சோழர் ஆட்சிக் காலத்திலும் நீடித்தது. வட இந்தியாவிற்கும் இத்தகைய சமரசப்போக்கை ராமானுசர் கொண்டு சென்றார்.

திருநாராயணப்புரத்தில் தீண்டத்தகாதவர்கள் திருமால் கோயிலில் நுழைந்து வழிபட ராமானுசர் செய்த ஏற்பாடு குறித்துப் ப்ரபந்நாம்ருதம் என்ற நூல் குறிப்பிடும் செய்தி வருமாறு:

> **அவர்கள் (தீண்டத்தகாதோர்) கல்யாண ஸருஸில் நீராடி ப்ரஹ்மோத்ஸவத்தில் அந்த நாராயணன் ஸந்நிதியில் ஒவ்வொரு வருஷமும் மூன்று நாள் ப்ரவேசிக்கலாம் என்று நிர்ணயித்தார். அன்றுமுதல் அந்தத் திருநாராயணப்புரத்திலேயே ஜகதாசார்யரான யதிராஜரின் ஆணையால் கீழிழிந்த ஜாதியைச் சேர்ந்த அனைவரும் பகவத் பக்தியை உடையவர்களாய் அங்கு நடக்கும் திரு நாரணன் ப்ரஹ்மோத்ஸவத்தில் ஒவ்வொரு வருஷமும் மூன்று தினங்கள் கல்யாண ஸருஸில் நீராடி ஊர்த்வபுண்ட்ரம் தரித்து மங்களமானவர்களாய் பகவத் ஸந்நிதியில் நுழைந்து பலிபீடம் வரையில் சென்று பெருமாளுடைய விமானத்தைப் பிரதக்ஷிணம் செய்து லோகநாதனான அவனைச் சடக்கென வணங்கி அப்போதே அவ்வெம்பெருமானுக்கு எண்ணெயும் அரிசியும் ஸமர்ப்பித்துப் பேறு பெற்றவர்களாய் அந்தக் கோயிலிலிருந்து வெளிவருகிறார்கள். அதற்குப் பின் அர்ச்சகர்கள் அந்த ஸந்நிதிக்கு ஆகமங்களில் சொன்னபடி ஸம்ப்ரோக்ஷணம் செய்து செல்வப்பிள்ளையின் எஞ்சிய உத்ஸவத்தை நடத்துகிறார்கள். யதிராஜருடைய ஆணையால் தடையில்லாத இந்த கட்டுப்பாடு அந்தத் திருநாராயணப்புரத்தில் இன்றும் காணப்படுகிறது (பக். 534).**

தீண்டத்தகாதவர்களைக் குறிப்பிட்ட சில நாட்களில் ஒரு சடங்காக அனுமதித்துவிட்டுப் பின்னர் அவர்கள் நுழைவால் தீட்டு ஏற்பட்டுவிட்டது என்று நம்பி அதைப் போக்கும் வழிமுறையாகச் சடங்குகளை மேற்கொள்வது அதன் தீண்டாமை நம்பிக்கையை வெளிப்படுத்துகிறது.

திருப்பாணாழ்வார் குறித்தும், சூத்திரரான நம்மாழ்வார் குறித்தும், உ.வே. கிருஷ்ணசாமி (40-41) ஐயங்கார் கூறும் செய்தி வருமாறு:

> நம்மாழ்வாரும் வேதார்த்தத்தை திவ்யப் பிரபந்தங்களிலே அருளினாரேயொழிய வேத வாக்கியங்களைத் தம் வாயால் சொல்லவில்லை. திருப்பாணாழ்வாரும் திருவரங்கத்துள் புகவும் மாமுனிகள் தோளிலே ஏறவும் மறுத்தார். அரங்கன் ஆணை என்று அறிந்தபின்னே பாரதந்த்ரியத்தை அனுஷ்டித்து மாமுனிகள் தோளிலேறி கர்ப்பக்கிருஹம் வரையில் எழுந்தருளினார். திருமழிசையாழ்வாரும் வேதவாக்கியத்தை வாயால் சொல்லாமல் கறுப்பு நெல்லைக் கீறிக்காட்டினார். ஆகையால் இவர்கள் ஜாதியால் உயர்ந்தவர்களோடு கொள்வினை கொடுப்பினை செய்துகொள்ள இடமேயில்லை.

இது போன்றே 19ஆம் நூற்றாண்டில் சைவ சமயவாதியான ஆறுமுக நாவலர் அழுத்தமான சைவப்பற்றும் சாதிப்பற்றும் கொண்டவராக விளங்கினார். இதன் விளைவாக மனிதநேயவாதிகள் அவரைக் கடுமையாகச் சாடுவதில் வியப்பில்லை. ஆறுமுக நாவலரது இத்தகைய நிலைப்பாடு குறித்துப் பண்டிதமணி கணபதி பிள்ளை

> சாதி பற்றிய நாவலரின் நிலைப்பாட்டுக்கு அடிப்படை யாயமைவது உண்மையில் அவர் பரிபூரணமாய் நம்பிய ஆகமப்பிரமாணமே. ஆகமத்துக்கு அவர் காட்டிய 'கற்புநிலை'யின் வெளிப்பாடே சாதி பற்றிய அவர் தம் கருத்துகள்.

என்று அவதானித்துள்ளார். இது சரியானதுதான்.

எனவே கோட்பாட்டு அடிப்படையில் தீண்டாமையைப் புறந்தள்ளாது தேவைக்கேற்ப அவ்வப்போது மேற்கொள்ளும் சமரசச் செயல்பாடுகளின் காரணமாக இன்றுவரை சைவமும் வைணவமும் தீண்டாமைக்கு ஆதரவான நடைமுறைகளையே மேற்கொள்கின்றன. இது பக்தி இயக்கக் காலத்தின் தொடர்ச்சிதான். உடல் தீண்டாமை மட்டுமின்றி மொழித் தீண்டாமையும் தொடர்கிறது.

குறிப்புகள்

1. சமயப் பூசல்களை வெளிப்படுத்தும் வகையில் வைணவம், சைவம் சார்ந்த பக்தி இலக்கியங்களில் இடம்பெற்றுள்ள பழிச் சொற்களுடன் கூடிய சில பகுதிகள் வருமாறு:

இலிங்கத் திட்ட புராணத்
தீரும் சமணரும் சாக்கியரும்
வலிந்து வாதுசெய் வீர்களும்
மற்றுநுந் தெய்வமு மாகி நின்றான்.

(திருவாய்மொழி 4.3110)

புலையற மாகி நின்ற
புத்தொடு சமண மெல்லாம்
கலையறக் கற்ற மாந்தர்
காண்பரோ கேட்ப ரோதாம்
தலையறுப் புண்டும் சாவேன்
சத்தியங் காண்மின் ஐயா,
சிலையினா லிலங்கை செற்ற
தேவனே தேவ னாவான் (878)

வெறுப்பொடு சமணர் முண்டர்
விதியில்சாக் கியர்கள் நின்பால்
பொறுப்பரி யனகள் பேசில்
போவதே நோய தாகி
குறிப்பெனக் கடையு மாகில்
கூடுமேல் தலையை ஆங்கே
அறுப்பதே கருமங் கண்டாய்
அரங்கமா நகரு ளாளே (879)

மற்றுமோர் தெய்வ முண்டே
மதியிலா மானி டங்காள் (880)

மாசினை யேறிய மேனியர்
வன்கண்ணர் மொண்ணர் (திருநாவுக்கரசர், திருவாரூர், பா.4)

குறிப்புகள்

1. குண்டர்கள் - துவர்வாயர் - பாசிப்பல்லர் - பரிதலைக்குண்டர் - மூங்கைகள் போல் உண்ணும் மூடர் - என்று திருநாவுக்கரசர் பழித்துள்ளார். திருஞானசம்பந்தர் தமது தேவாரப் பதிகங்களில் பத்தாவது பாடலைச் சமணரையும், பவுத்தரையும் திட்டுவதற்கென்றே ஒதுக்கியுள்ளார். இப்பதிகங்கள் அனைத்தையும தொகுத்துப் பட்டியலிட்டால், அக்காலத்தில் வழக்கிலிருந்து வசவுச் சொற்களைக் கண்டறியலாம்.

2. சதுப்பேதிமார்கள்; நான்கு வேதங்களில் வல்ல பார்ப்பனர்கள்.

3. கொள்வினை, கொடுப்பினை என்பது திருமண உறவைக் குறிக்கவில்லை என்பது வைணவ சமய ஆசாரியார்களின் கருத்து. சூத்திரர்களிடமிருந்து சமய அறிவைப் பெற்றுக்கொள்வதையும் அவர்களுக்குச் சமய அறிவை வழங்குவதையும் குறிப்பதாகப் பொருள் கொள்கின்றனர்.

துணைநூற் பட்டியல்

அம்பேத்கர் (1995) பேச்சும் எழுத்தும், நூல் தொகுதி-7, சென்னை.

இராசமாணிக்கனார் (2000), பல்லவர் வரலாறு, சென்னை.

திருலோக சீதாராம் (மொழிபெயர்ப்பாளர், 2006) மனுதர்ம சாஸ்திரம், சென்னை.

கிருஷ்ணஸ்வாமி அய்யங்கார் (பதிப்பாசிரியர், 1983), ப்ரபந்நாம்ருதம் (இரண்டு பாகங்கள்) திருச்சி.

ஸ்ரீவத்ஸன் (2003), நாலாயிர திவ்வியப் பிரபந்தம் 1, 2, சென்னை.

◆

தமிழ் வைணவத்தில் சூத்திரர்

இந்தியச் சமூகமானது வருணப் பிரிவுகளை அடிப்படையாகக் கொண்ட சமூகம். பிராமணர், சத்திரியர், வைசியர், சூத்திரர் என்னும் நான்கு வருணங்களின் தோற்றம் குறித்தும் அவை மேற்கொள்ள வேண்டிய கடமைகள் குறித்தும் வேதங்கள். உபநிஷத்துகள், ஸ்மிருதிகள் ஆகியன பேசுகின்றன. ரிக் வேதத்தில் பத்தாவது மண்டலத்தில் இடம்பெற்றுள்ள புருஷசூக்தம் என்னும் பகுதி நான்கு வருணங்கள் குறித்துக் குறிப்பிடும் தொன்மையான ஆதாரமாக அமைகிறது. புத்தர் காலத்தில் உருவான மனுதர்மம் (1..31) புருஷசூக்தத்தை உள்வாங்கி நான்கு வருணங்களின் தோற்றம் குறித்து,

> **மனித ராசி பல்கும் பொருட்டாகவே பிரம்மா பிராமணர். ஷத்திரியர், வைசியர், சூத்திரர் என்ற நால் வருணத்தையும் வேதஞானம், புவிபுரத்தல், செல்வம் ஈட்டல், ஏவல் புரிதல் என்ற கட்டுப்பாடுகளின் வழியே வகுத்துரைத்தார். இவர்கள் இறைவனுடைய முகம், தோள், தொடை, பாதம் ஆகிய பகுதிகளினின்றும் தோன்றினர்**

என்று குறிப்பிடுகின்றது. புருஷசூக்தம், ரிக் வேதத்தின் பிந்திய காலத்தில் சேர்க்கப்பட்ட பகுதி என்றும் அதில் நான்கு வருணங்களின் தோற்றத்தைக் குறிக்கும் ஸ்லோகங்கள், புருஷசூக்தம் சேர்க்கப்பட்ட பிறகு புகுத்தப்பட்டவையென்றும் அம்பேத்கார் (1994: 180) கருதுகிறார். அத்துடன் பிராமணர்கள் தம் உயர்நிலையை நிலைநிறுத்திக்கொள்ள கள்ளத்தனமாக ரிக் வேதத்தில் இதைப் புகுத்தியுள்ளனரென்று சில விமர்சகர்கள் கூறியுள்ளதாகவும் குறிப்பிட்டுள்ளார்.

புருஷசூக்தத்தின் பொருள் முத்கலோபனிஷத் என்னும் உபநிஷத்தில் இடம் பெற்றிருப்பதாக வைணவர்கள்

கருதுகிறார்கள். புருஷசூக்தத்தின் தொடக்க ஸ்லோகத்திற்கு உரை எழுதிய ஸ்ரீனிவாச ஐயங்கார் (3),

இந்தப் புருஷஸூக்தம் பரமாத்மாகிற வாஸுதேவனால் இந்திரனுக்கு உபதேசிக்கப்பட்டதாக முத்கலோபனிஷத்தின் இரண்டாவது காண்டத்தில் காணப்படுகிறது.

என்று எழுதியுள்ளார். மேலும் பிராமணனைக் கொன்ற பாவத்தைச் செய்தவனும் குருவின் மனைவியைப் புணர்ந்தவனும் புருஷசூக்தத்தை ஜெபித்து இம்மகா பாவங்களிலிருந்து விடுபடலாமென்றும் பிரம்ம வேள்வியின்போது ஹரியை நினைத்துக்கொண்டு புருஷசூக்தத்தைப் படிக்கும் பிராமணன் எல்லா வேதங்களையும் ஜெபித்தவனாகிறானென்றும் இதன் சிறப்பு குறிப்பிடப்படுகிறது (மேலது, 2). துருவன் என்பவன் பரந்தாமனை வழிபடும்போது புருஷசூக்த மந்தரத்தை அனுசரித்தே ஸ்தோத்திரம் செய்ததாக விஷ்ணு புராணம் குறிப்பிடுகிறது (மேலது, 3).

இச்செய்திகள் புருஷசூக்தத்தை வைணவர் ஒரு முக்கிய நூலாக ஏற்றுக்கொண்டுள்ளதை உணர்த்துகின்றன. வைணவர்களைப் பொறுத்தமட்டில் புருஷசூக்தத்தில் குறிப்பிடப்படும் புருஷன் நாராயணன் என்றும் உலகைப் படைப்பதற்காகப் பிரம்மனை அவர் படைத்தாரென்றும் நம்புகிறார்கள். இதைப் புருஷசூக்தத்தின் ஆறாவது மந்திர உரையால் அறிய முடிகிறது. புருஷசூக்தத்தின் பதின்மூன்றாவது மந்திரம் நான்கு வருணங்களைப் பிரம்மன் படைத்ததை

ப்ராஹ்மணன் இவருடைய முகமானான், கைகள்க்ஷத்ரியனாகச் செய்யப்பட்டன. அப்பொழுது துடைகள் வைச்சியனாக ஆயின. திருவடிகளிலிருந்து சூத்ரன் உண்டானான்.

என்று குறிப்பிடுகிறது. நால் வருணங்களில் இறுதியில் இடம்பெறும் சூத்திரனைப் பிரம்மன் ஏன் தன் பாதத்திலிருந்து படைத்தான் என்பதற்குப் புருஷசூக்தத்திற்கு உரை எழுதிய ஸ்ரீனிவாச ஐயங்கார் பின்வரும் விளக்கங்களை எழுதியுள்ளார்.

முதல் மூன்று வர்ணத்தவர்களுடைய ஏவல்களைச் செய்வதே ஸ்வதர்மமாகவுடைய சூத்தரனுக்குக் கால்வன்மை அவ்ச்யமாதலால் பிரம்மன் தன் கால்களிலிருந்து அவனைப்படைத்தார் (மேலது, 23).

இம்மூவர்ணத்தாருக்கும் வேண்டிய உபகரணங்களை ஸம்பாதித்துக் கொடுப்பதற்காக ஆடிஓடித் திரிந்து நடந்து கார்யம் செய்பவனாகையால் சூத்ரன் காலிலிருந்து படைக்கப்பட்டான். கால்கள் சரீரத்தைத் தாங்குவதுபோல்அவன் இம்மூவர்ணத்தாரையும் தாங்குகிறான் (மேலது, 26).

மனித உறுப்புகளில் இழிவானதாக மதவாதிகளால் குறிப்பிடப்படும் பாதத்திலிருந்து சூத்திரர்கள் படைக்கப்பட்டனர் என்னும் கருத்துக்கு நியாயம் கற்பிக்கும் வகையில் மேற்கூறிய உரை அமைந்துள்ளது. மனுதர்ம சாஸ்த்திரம் சூத்திரர்களைக் குறித்துக் கூறும் பகுதிகளில் சிலவற்றையேனும் அறிந்து கொள்வது சூத்திரர் குறித்த அதன் கண்ணோட்டத்தை அறிந்து கொள்ள உதவும். இதன் அடிப்படையில் பின்வரும் மனுதர்ம ஸ்லோகங்களைக் காண்போம்.

நாலாமவனுக்குப் பணிவிடையைக் குறிக்கும் தாசன் என்ற பட்டம் வழங்கி வரவேண்டும் (1.32).

சிரார்ந்த அன்னத்தில் மிகுந்ததை நாலாம் வருணத்தானுக்கு இடுபவன் கால சூத்திரம் என்னும் நரகத்தில் தலைகீழாக விழுகிறான் (3.249).

நாலாம் வருணத்தான் அரசனாயிருக்கும் நாட்டில் வசிக்கக்கூடாது (4.61).

நாலாம் வருணத்தாருக்குப் பொருளியல் போன்ற இம்மைப் பயன் தரும் நூல்கள் கற்பிக்கலாகாது (4.80).

மன்னன் இயற்ற வேண்டிய விசாரணைகள் எந்த நாட்டில் நான்காம் வருணத்தானால் நடைபெறுகின்றதோ அந்நாடு சேற்றில் அகப்பட்ட பசுவைப்போல் கண் முன்னே துன்பப்படுகின்றது (8.21).

நாலாம் வருணத்தினன் துவிஜர்களைக் கொடுமையாக வைதால் தாழ்விடமான காலில் தோன்றிய அவன் வாயில் பத்து அங்குலமுள்ள எஃகுக் கம்பியைப் பழுக்கக் காய்ச்சிடுக (8.271).

அகந்தையினால் அந்தணனை இதனைச் செய் என்று கட்டளையிடும் நாலாம் வருணத்தினன் வாயிலும் காதிலும் காய்ச்சிய எண்ணெயிடுக (8.272).

அந்தணனுடன் அவனுக்குரிய உயர்ந்த ஆசனத்தில் அகங்கரித்துச் சமதையாக அமர்ந்த நாலாம் வருணத்தனை அவனது உயிருக்கு ஊறு நேராத வகையில் இடுப்பில் சூடு போட்டோ உட்கார்ந்த

உறுப்பில் சிறிது சேதப்படுத்தியோ ஊரை விட்டு ஓட்ட வேண்டியது (8.281).

அந்தணர் ஏவலுக்கென்றே உள்ள நாலாம் வருணத்தானிடம் கூலி கொடுத்தோ கூலி கொடுக்காமலோ அந்தணன் வேலை வாங்கலாம் (8.412).

இவ்வாறு நான்காம் வருணத்தாராகிய சூத்திரர்மீது இறுக்கமான இழிவான கட்டுப்பாடுகளை மனுதர்மம் விதித்துள்ளது. மனுவிற்குப் பின்னால் வந்த சங்கரர்.

சூத்திரர்களுக்கு வேதத்தைக் காதால் கேட்கும் தகுதிகூடத் தேவையில்லை. அவர்கள் வேதம் படிக்கவோ, வைதீகக் காரியங்களைச் செய்யவோ கூடாது. சூத்திரர் சுடுகாட்டுக்குச் சமம். அவனிருக்கும் இடத்தில் வேதம் ஓதக்கூடாது. சூத்திரனுக்கு ஞானத்தை உபதேசிக்கக்கூடாது. வேதம் கற்பதும்,யாகம் செய்வதும், தானம் வாங்குவதும் துவிஜர்களுக்கே உண்டு (தேவி பிரசாத் சட்டோபாத்யாயா, 254).

கி.பி. 13ஆம் நூற்றாண்டில் திருவரங்கத்திலுள்ள அழகிய மணவாளப் பெருமாள் என்பவர் நம்மாழ்வாரின் திருவாய்மொழிசாரத்தை ஆசாரிய ஹிருதயம் என்னும் பெயரில் நூலாக எழுதினார். இந்நூலுக்குப் பதினான்காம் நூற்றாண்டைச் சேர்ந்த மணவாள மாமுனிவர் என்பவர் வியாக்கியானம் எழுதியுள்ளார். இவ்வியாக்கியானத்தில் சூத்திரர் குறித்த செய்திகள் சில இடம்பெற்றுள்ளன. முதல் மூன்று வருணங்களுக்குரிய தொழில்களை விரிவாகக் கூறி விட்டு,

மற்றைச் சாதியினர்கள் மேற்கூறிய காரியங்களைச் செய்யும்போது அவர்கட்கு உதவி புரிதல் நான்காம் வருணத்தானுக்கு உரிய தொழிலாம்

என்று சூத்திரர்களின் வேலையைக் குறிப்பிடுகிறது.

திருமாலின் அவதாரங்களுள் ஒன்று கிருஷ்ணாவதாரம் ஆசாரிய ஹ்ருதயத்தின் எண்பத்து நான்காவது சூத்திரம் நம்மாழ்வார் ஏன் சூத்திரராக அவதரித்தார் என்பதற்கு,

வம்ச பூமிகளை உத்தரிக்கக் கீழ்க்குலம் புக்க வராஹக கோபாலரைப் போலே இவரும் நிமக்நரை உயர்த்தத் தாழ இழிந்தார்.

என்று விளக்கம் அளிக்கிறது. இச்சூத்திரத்திற்கு உரை எழுதிய மணவாள மாமுனிகள்,

> **அவர்கள் உயர்வாக நினைத்திருக்கும் சாதிகளை இழிவானது என்று விட்டுத் தாழ்ந்த சாதியிலே தாழ இழிந்தார் என்றதாயிற்று**

என்று விளக்கம் தருகிறார். மேலும் அகங்காரம் இல்லாத நான்காம் வருணத்திலே தாழ இழிந்தார் என்று நான்காம் வருணத்தின் குண இயல்பாக அவர் கருதுவதைக் குறிப்பிட்டுள்ளார். தாழ்ந்து பணிபுரிவதில் சலிப்பில்லாதவனாகச் சூத்திரன் இருக்கவேண்டும் என்று அவர்களின் எதிர்பார்ப்பே இவ்வாறு வெளிப்படுகிறது.

தொண்ணூறாவது சூத்திரத்தில் சர்வ வர்ண சூத்ரவம் என்னும்சொல் கீழ்க்கண்டவாறு கூறப்படுகிறது.

> **பகவானுடைய பக்தர்களானவர்கள் சூத்திரர்கள் அல்லர். பிராமணர்களோடு ஒத்தவர்கள் என்றும், பாகவதர்களென்றும் சொல்லப்பட்டார்கள். எல்லாச் சாதிகளிலும் எவர்கள் பகவானிடத்தில் பக்தி இல்லாதவர்களோ அவர்களே சூத்திரர்கள். எல்லாச் சாதிகளிலும் பகவானுடைய அடியவர்கள் அல்லாதவர்கள் சூத்திரர்கள்.**

இக்கூற்றுக்கு விளக்கம் தரும் முறையில்,

> **காடுவாழ் சாதி என்கிற ஆயர் குலத்தில் அவர்களினத்தானாய் வந்து அவதரித்து நிற்கிற கிருஷ்ணனுடைய காலிப்பின்னே வருகின்ற கடல்வண்ணன் வேடத்தை வந்து காணீர் என்கிறபடியே தாம் அனுபவித்துப் பிறர்க்கும் அழைத்துக் காட்டும்படி பசு மேய்த்து வருகிற பேதை அலங்காரத்தோடே கூடி இருக்கின்ற விக்கிரஹம் போற்றத்தக்கது.**

என்று குறிப்பிடுகிறார். திருமாலின் அவதாரம் மற்றும் குருவினது பிறப்பு ஆகியனவற்றில் அவர்களுடைய சாதியை ஆராய்வது குறித்து ஆசாரிய ஹ்ருதயம் பின்வருமாறு கடுமையாகக் கண்டிக்கிறது.

> **ஞானிகள், அர்ச்சாவதராத்தில் முதற்காரணத்தை நினைப்பதும் ஸ்ரீவைஷ்ணவனுடைய பிறப்பினை நினைப்பதும் தாயின் யோநிப் பரீட்சைக்கு ஒப்பாம் என்று சொல்லுகின்றார்கள்.**
>
> **ஜீவாத்மாவிற்குத் தலைவனான பரமாத்மாவை நேரே கண்டறிந்த இந்த யோகிகளுடைய குலம், தொழில் முதலியன சிறிதும் நினைக்கத்தக்கனவல்ல.**

பகவத் பக்தனான நான்காம் வருணத்தானையாவது வேடுவனையாவது, நாய் இறைச்சியைத் தின்னும் நீசனையாவது அந்தந்தச் சாதியைக் கொண்ட எவன் பார்க்கின்றானோ அவன் நரகத்தினை அடைவான்.

ஆழ்வார்களான பின்பு அவர்களின் தாழ்ந்த சாதி போய்விடும் என்பது தென்கலை வைணவர்களின் நம்பிக்கை. இதன் அடிப்படையிலே சூத்திர குலத்தில் பிறந்த நம்மாழ்வாருக்குச் சோழிய அந்தணர் குலத்தில் பிறந்த மதுரகவியாழ்வார் சீடரானார். லோக சாரங்கர் என்னும் முனிவர், இழிவாகக் கருதப்பட்ட பாணர் குலத்தில் பிறந்த திருப்பாணாழ்வாரைத் தோளில் ஏற்றிவைத்தார்.

ஆனால் வடகலை, மரபை உருவாக்கிய வேதாந்த தேசிகர் 'ரகஸ்யத் ராயஸரம்' என்ற தமது நூலில் 'ஆழ்வார்களுக்கும், அவரைப் போன்ற உத்தம 'ப்ரபணர்களுக்கும்' தாழ்ந்த சாதி போகாது' என்கிறார். தமது கருத்தை வலியுறுத்தக் "காமதேனு ஆனாலும் பசு ஜாதி மாறாது போலே ஆழ்வாரானாலும் ஜாதி போகாது" என்று விளக்கம் அளிக்கிறார். மேலும் தாழ்ந்த சாதியைச் சேர்ந்த ஆழ்வார்கள் போன்ற உத்தம ப்ரபணர்கள் தாழ்ந்த சாதியைச் சேர்ந்தவராயிருந்தால் அவர்கள் உயிரோடு இருக்கும்போது வீட்டுக்கு விலக்காயிருக்கும் தன் தாயாரிடமிருந்து நடந்துகொள்வதைப் போலே நடந்துகொள்ள வேண்டுமென்று சததூஷணி என்னும் நூலில் குறிப்பிட்டுள்ளார். இவ்வாறு தென்கலை, வடகலை என்னும் வைணவப் பிரிவுகளுள் தென்கலைப் பிரிவானது சூத்திரர்களுக்கு ஓரளவுக்கு மதிப்பளிக்கிறது. இதற்கான காரணம் என்ன என்பது குறித்து இனி ஆராய்வோம்.

பல்லவர் ஆட்சிக்காலத்தில் சைவமும் வைணவமும் வளர்ச்சிபெற்று நிறுவனச் சமயங்கள் என்ற நிலைக்குத் தம்மை உயர்த்திக்கொண்டன. இவை இரண்டும் தமக்குள் முரண்பட்டு நின்றதுடன் சமணத்துடனும் பௌத்தத்துடனும் சமயப் பூசல்களை நிகழ்த்தி வந்தன. சங்ககாலத்தை அடுத்து வந்த களப்பிரர் ஆட்சி, வைதீக சமயக் கூறுகளை உள்வாங்கியிருந்த சைவ, வைணவச் சமயங்களுக்கு ஆதரவு அளிக்கவில்லை. கி.பி. நான்காம் நூற்றாண்டில் உருப்பெற்ற பல்லவப் பேரரசு பிரம்மதேயக் கிராமங்களை உருவாக்கி வேத பிராமணர்களை

ஆதரிக்கத் தொடங்கியது. சைவ, வைணவக் கோயில்கள் வழிபாட்டுத் தலங்களாக மட்டுமின்றிப் பொருளாதார நிறுவனங்களாகவும் வளர்ச்சிபெற்றன. இந்நிலையில் தம் சமயங்களைப் பின்பற்றுவோரின் எண்ணிக்கையை அதிகரிக்கும் முயற்சியில் இவ்விரு சமயங்களும் ஈடுபட்டன. இதனடிப்படையில் இவையிரண்டும் போட்டி மனப்பான்மையில் செயல்பட்டன.

கி.பி. 1160இல் திருக்கடையூர் மகாசபை, எந்த மகேசுவரர்களாவது, சிவன் கோயிலின் தருமகர்த்தாக்கள் என்ற அளவில் தங்களுடைய பழக்கவழக்கங்களுக்கு மாறுபாடாக வைணவர்களோடு கலந்து தாராளமாகப் பழகினால் அவர்களுடைய சொத்து, கோயிலுக்குப் பறிமுதல் செய்யப்படும் என்று முடிவு செய்துள்ளது. (நீலகண்ட சாஸ்திரி 1089, 845) இத்தகைய பகையுணர்வு இருந்த சமயச் சூழலில், வைணவம் தன்னைப் பின்பற்றுவோரின் எண்ணிக்கையை அதிகரிக்க விரும்பியதில் வியப்பில்லை. இந்நிலையில் வைணவ ஆச்சாரியரான இராமனுஜரின் விசிஸ்டாத்வைதம் வீடுபேறு அடையும் வழிமுறைகளாகக் கன்மம், ஞானம், பக்தி என்ற மூன்றையும் குறிப்பிடுகிறது. இதில் பக்தி உயர்ந்த வருணத்தாருக்கு மட்டுமே உரியதாகும். இதற்கு மாறாகப் பிரபக்தி என்பது இறைவனது வல்லமை, அருள் என்ற இரண்டிலும் முழு நம்பிக்கை வைத்துத் தன்னை முற்றாக இறைவனிடம் ஒப்படைத்தலாகும். இதனால், சூத்திரர்களைத் தன் எல்லைக்குள் ஈர்த்துக்கொள்ள, பிரபக்தியானது வைணவ சமயத்திற்குத் துணை நின்றது. அதே நேரத்தில் சூத்திரர்களின் நிலையை வைணவம் ஒரு கட்டுக்குள் வைத்துக்கொண்டது. சூத்திரர்களின் நிலையை ஒரு வரம்புக்குள் வைத்துக்கொண்டு அவர்களின் பங்களிப்பைத் தன் வளர்ச்சிக்குப் பயன்படுத்திக்கொண்டது. வேதம் ஓதும் அதிகாரத்தைச் சூத்திரர்களுக்கு அது வழங்கவில்லை. இதைப் புரியாமல் சூத்திரர்கள் வைணவ சமயத்தின் அதிகார எல்லைக்குள் நுழைந்துவிடக்கூடாது என்ற அச்சத்தினால் உ.வே. கிருஷ்ணசுவாமி ஐயங்கார் (40-41)

நம்மாழ்வாரும் வேதார்த்தத்தை திவ்யப் பிரபந்தங்களிலே அருளினாரேயொழிய வேதவாக்கியங்களைத் தம் வாயால் சொல்லவில்லை. திருப்பாணாழ்வாரும் திருவரங்கத்துள்

புகவும் மாமுனிகள் தோளிலே ஏறவும் மறுத்தார். அரங்கன் ஆணை என்று அறிந்த பின்பே பாரதந்த்ரியத்தை அனுஷ்டித்து மாமுனிகள் தோளிலேறி கர்ப்பக்ருஹம் வரையில் எழுந்தருளினார். திருமழிசையாழ்வாரும் வேதவாக்கியத்தை வாயால் சொல்லாமல் கறுப்பு நெல்லைக் கீறிக்காட்டினார். ஆகையால் இவர்கள் ஜாதியால் உயர்ந்தவர்களோடு கொள்வினை கொடுப்பினை செய்து கொள்ள இடமேயில்லை.

என்று குறிப்பிட்டுள்ளார். அத்துடன் வடகலை, தென்கலைப் பிரிவுகளைச் சேர்ந்த அறிவாளிகளிடையே இன்று ஜாதி விஷயத்தில் நடைமுறையில் எந்தவிதமான வேற்றுமையும் இல்லை என்றும் குறிப்பிட்டுள்ளார்.

அனைத்துச் சாதியினரும் அர்ச்சகராவதற்குத் தென்கலை, வடகலைப் பிரிவைச் சேர்ந்த ஜீயர்கள் எதிர்ப்புத் தெரிவிப்பதை இக்கூற்றின் பின்புலத்தில் புரிந்துகொள்ள முடியும்.

குறிப்புகள்

1. பூணூல் அணியும் உரிமை பெற்றவர்கள்.
2. பிறவிக் கடலில் மூழ்கியவர்கள்
3. பசுக் கூட்டத்தின் பின்னே
4. சூத்திரர்களிடம் ஆற்றல் இருக்குமாயின் அதைப் பயன்படுத்திக் கொள்ளும் அதே நேரத்தில் அவர்களிடம் விலகியே நிற்க வேண்டும் என்ற கருத்தே இக்கூற்றில் பொதிந்துள்ளது.

துணைநூற் பட்டியல்

அம்பேத்கர், 1994, சூத்திரர்கள் யார்? சென்னை.

கிருஷ்ணஸ்வாமி அய்யங்கார், உ.வே., தென்கலையும் வடகலையும், திருச்சி.

நீலகண்ட சாஸ்திரி, கே.ஏ., சோழர்கள், சென்னை.

ஸ்ரீவத்ஸன், 2003, நாலாயிர திவ்வியப் பிரபந்தம், பாகம் 1, 2, சென்னை.

◆

கோபுரத் தற்கொலைகள்

தன் உயிரைத் தானே போக்கிக்கொள்ளும் தற்கொலையானது, பல்வேறு காரணங்களின் அடிப்படையில் நிகழ்கிறது. குடும்பம் சார்ந்த சிக்கல்கள் தாங்கொண்ணா அவமானம், மட்டுமீறிய துக்கம், சோகச்செய்திகள், மதவெறி, வறுமை, பொருளாதாரக் காரணங்கள், பஞ்சம், பற்றாக்குறை, தீர்க்க முடியாத அல்லது மிகுந்த வேதனையைத் தரும் நோய்கள், பழிவாங்கும் நோக்கு, உண்மையான அல்லது கற்பனையான குறைபாடுகளைப் போக்கிக்கொள்ள விரும்புதல். வேலையின்மை ஆகியன தற்கொலைக்கான முக்கியக் காரணங்களென்று உபேந்திர தாகூர் (1963: 27-38) குறிப்பிடுகிறார்.

தற்கொலையானது பல்வேறு வழிமுறைகளில் மேற்கொள்ளப்படுகிறது என்று குறிப்பிடும் உபேந்திரா தாகூர் (1963: 111-120) அவற்றுள் சிலவற்றைப் பட்டியலிடுகிறார். அவை வருமாறு: நீரில் மூழ்குதல், தூக்கிட்டுக்கொள்ளல், நஞ்சு குடித்தல், நெருப்பிட்டுக் கொள்ளல், பட்டினியால் இறத்தல், தன்னைத் தானே குத்திக்கொள்ளல், கழுத்தை அறுத்துக் கொள்ளல், உயரமான இடத்திலிருந்து குதித்தல்.

இத்தகைய வழிமுறைகள் தமிழர்களிடம் நீண்ட காலமாக வழக்கில் இருந்து வந்துள்ளன. மகளிர் உடன்கட்டை ஏறியமை குறித்த சான்றுகள் புறநானூற்றில் உள்ளன. வடக்கிருத்தல் என்னும் பெயரில் உணவையும் நீரையும் பருகாது உயிர் துறக்கும் செயலைக் கோப்பெருஞ்சோழன் பிசிராந்தையார் வரலாற்றால் அறிகிறோம். தன் தலையைத் தானே அரிந்து தற்பலி கொடுக்கும் செயலை மணிமேகலை, கலிங்கத்துப்பரணி ஆகிய இலக்கியங்கள் குறிப்பிடுகின்றன. 'வரை பாய்தல்' என்னும் பெயரில் உயர்ந்த மலையுச்சியிலிருந்து கீழே குதித்து

உயிர் துறக்கும் செயலைக் குறுந்தொகை (69) குறிப்பிடுகிறது. ஆண் குரங்கை இழந்த பெண் குரங்கானது மலையுச்சியிலிருந்து குதித்ததாகக் கூறும் இச்செய்யுளின் கருத்து சங்ககாலச் சமூக நடப்பியலை வெளிப்படுத்துவதாகக் கருதுவதில் தவறில்லை.

இறுதியாகக் குறிப்பிட்ட 'வரை பாய்தல்' என்னும் தற்கொலை வழிமுறையையொட்டி உயரமான கோபுரத்திலிருந்து கீழே குதித்து உயிர் துறக்கும் செயல்கள் சிலவற்றைத் தமிழக வரலாற்றில் காண முடிகிறது. திருச்சி மாவட்டம் அன்பில் கிராமத்திலுள்ள பிரம்மபுரீசுவரர் கோவிலின் உட்கோபுர நுழைவாயிலில் படியெடுக்கப்பட்ட கல்வெட்டு ஒன்று கூறும் செய்தி வருமாறு: அன்பில் ஊர், பிராமணர்களைக் கொண்ட மகாசபையால் நிருவகிக்கப்பட்டு வந்தது. இச்சபையினர் பிரம்மபுரீசுவரர் கோவிலுக்குரிய நிலங்களைப் பறித்துத் தானே அனுபவித்து வந்தனர். இச்செயலை எதிர்த்துப் பழுதையாண்டார் என்பவர் கோபுரத்திலிருந்து குதித்து உயிர் துறந்துள்ளார். அதன்பின் சபையார் கூடி தம் தவற்றைத் திருத்திக்கொண்டு பழுதையாண்டாருக்குச் சிலை வடித்து அதற்கு நிலமும் கொடுத்துள்ளனர். கோவில் கல்வெட்டில் "இவ்வூர்க்குப் பழியாகக் காலஞ் செய்த திருமேனி" என்று குறிப்பிடப்படுகிறது. ஆனால், பழுதையாண்டார் எவ்வாறு இறந்தார் என்பது குறிப்பிடப்படவில்லை. இச்செய்தியைக் கூறும் இக்கல்வெட்டு மூன்றாம் இராசேந்திரசோழனின் காலத்தைச் சார்ந்தது என்றும் இதன் காலம் கி.பி. 1249 என்றும் குறிப்பிடப்பட்டுள்ளது.

மேலும், தென்னிந்தியக் கல்வெட்டுகள் எட்டாம் தொகுதியில் (எண்193) இடம்பெற்றுள்ள இக்கல்வெட்டும் இதில் குறிப்பிட்டுள்ள பழுதையாண்டாரின் உருவச்சிலையும் அக்கோயிலின் எப்பகுதியிலும் இன்று இல்லை. கோவிலுக்கு வெளியே சிறிய நாட்டார் தெய்வக் கோயில் ஒன்றுள்ளது. இச்சிலையின் கழுத்தில் குறுவாள் ஒன்று வலப்புறமாகப் பாய்ந்து இடப்புறமாக வெளியே வந்துள்ளது. கத்தியால் கழுத்தில் குத்திக்கொண்டு கோபுரத்திலிருந்து கீழே விழுந்தவருடைய சிலையென்று சிலர் குறிப்பிட்டனர். ஆனால், என்ன நோக்கத்திற்காக அவர் அவ்வாறு செய்தார் என்பது தெரியாது என்று கூறிவிட்டனர். இச்சிலையே பழுதையாண்டார் சிலையாக இருக்கலாமோ என்று ஐயம் தோன்றுகிறது. வரலாற்று

நிகழ்வுகள் சில, காலப்போக்கில் மறக்கப்பட்டுவிடும் என்பதற்கு அன்பில் ஊர்க் கோவிலிலிருந்த பழுதையாண்டாரின் சிலையும் கல்வெட்டும் காணாமல் போனது சான்றாக அமைகின்றது.

வைணவர்களின் முக்கியப் புண்ணியத் தலங்களுள் ஒன்று திருவரங்கம். இங்குள்ள அரங்கநாதன் கோவிலில் உள்ள தெற்குக் கோபுரத்திலிருந்தும் கிழக்குக் கோபுரத்திலிருந்தும் கீழே குதித்து உயிர்துறந்த நிகழ்ச்சிகளை இரண்டு கல்வெட்டுகள் குறிப்பிடுகின்றன. இக்கல்வெட்டுகள் கோனேரிராயன் என்ற மன்னனது ஆட்சிக் காலத்தைச் சார்ந்தவை. விசயநகரப் பேரரசின் ஆட்சியின் கீழ் தமிழகம் இருந்தபோது மண்டலங்கள் என்ற பெரிய பிரிவுகளாகத் தமிழகம் பகுக்கப்பட்டிருந்தது. இம்மண்டலங்கள் ஒவ்வொன்றும் மண்டலேசுவரன் என்ற அதிகாரியால் நிருவகிக்கப்பட்டு வந்தன. கி.பி. 1471இல் இருந்து 1485வரை வைத்தியநாத காளிங்கராயன் என்பவன் மண்டலேசுவரனாக இருந்தான். இவனைக் கோனேரிராயன் என்றும் குறிப்பிடுவர். விசயநகரப் பேரரசை, சாளுவகுலம் ஆளத் தொடங்கியபொழுது அது வலிமை குறையத் தொடங்கியது. இவ்வாய்ப்பைப் பயன்படுத்திக்கொண்டு மண்டலேசுவரனாக இருந்த கோனேரிராயன் ஆட்சியைக் கைப்பற்றினான். இவனுடைய ஆட்சி கி.பி. 1496வரை நீடித்தது (குடவாயில் பாலசுப்பிரமணியன் 2001, 5-23).

இவனுடைய ஆட்சிக் காலத்தில் நிகழ்ந்த கோபுரத் தற்கொலைகளைத் திருவரங்கநாதர் கோவில் கல்வெட்டுகள் குறிப்பிடுகின்றன. திருவரங்கநாதர் கோவிலின் தெற்குக் கோபுர வாயிலின் கீழ்ப்புற நிலையில் கல்வெட்டு ஒன்று உள்ளது. இக்கல்வெட்டு வருமாறு:

> சுபமஸ்து சௌமிய வருஷம் தை மாதம் நாலாம் தேதி வெள்ளிக்கிழமை நாள் ஸ்ரீரங்கநாத சுவாமிக்குப் படித்தனம் ஒன்றும் நடத்தாமல் மிகவும் அன்னியாயம் பண்ணுகையில் குடுக்க மாட்டாதே இந்தத் திருக்கோவிரத்தில் ஏறி விழுந்து இறந்த ஸ்ரீகாரியம் அப்பாவய்யங்கார். இவருக்கு சுவாமி யெக்காளங்கள் திருத்தேர் புறப்பாட்டு முதலான அதியவரிசை பிரசாதித்தருளி பிரம்மமேத சமஸ்காரம் பண்ணிவித்தருளி முழுப்படித்தனம் கொண்டருளினார். யிப்படி நடந்த இந்த முழுபடித்தனத்துக்கு விரோதம் பண்ணினவன் ரெங்கத் துரோகியாய்ப் போகக்கடவன்.

இக்கல்வெட்டிற்குக் கீழ்ப்பகுதியில் கல்வெட்டில் குறிப்பிடப்படும் அப்பாவய்யங்காரின் சிலை உள்ளது.

திருவரங்கக் கோவிலின் கிழக்குக் கோபுரம் வெள்ளைக் கோபுரம் என்றழைக்கப்படுகிறது. பெயருக்கேற்றார்போல் வெள்ளை நிறத்துடன் காட்சியளிக்கும் இக்கோபுரத்தின் வடபுற நிலைக்காலில் அடியவர் ஒருவரின் சிலை உள்ளது. இச்சிலைக்கு மேலே

ஸ்ரீரங்கநாத சுவாமிக்குப் படித்தனம் ஒன்றும் நடத்தாமல் மிகவும் அன்னியாயம் பண்ணுகையில் பொறுக்க மாட்டாதேயிந்த திருக்கோபுரத்திலேறி விழுந்து இறந்த காலமெடுத்த அழகிய மணவாளதாசன் ஸ்ரீகாரியம் பெரியாழ்வார்

என்ற கல்வெட்டு உள்ளது. இக்கல்வெட்டிற்கு எதிர்ப்புறமுள்ள தெற்கு நிலைக்காலில் வைணவ சமய ஜீயர்கள் இருவரின் உருவச்சிலைகள் உள்ளன. ஆனால் கல்வெட்டு எதுவும் இல்லை. திருவரங்கக் கோவில் வரலாற்றைக் குறிப்பிடும் கோயிலொழுகு என்னும் நூல் அழகிய மணவாளதாசருடன் இரண்டு ஜீயர்களும் கீழே குதித்து உயிர் துறந்ததாகக் குறிப்பிடுகிறது (கிருஷ்ணமாச்சாரியார் 2005: 587). இவ்வாறு அவர்கள் இறந்து போனமைக்கான காரணத்தையும் கோயிலொழுகு குறிப்பிடுகின்றது. அதைத் தற்கால உரை நடையில் கோயிலொழுகைப் பதிப்பித்த கிருஷ்ணமாச்சாரியார் (2005: 587) பின்வருமாறு எழுதியுள்ளார்.

ஸ்ரீவரங்கம் கோயிலுக்குச் சொந்தமான நிலங்களைக் கோனேரிராஜா தனக்கு வேண்டியவர்களான கோட்டை சாமந்தனார் மற்றும் சென்னப்ப நாயக்கர் ஆகியோர்க்குக் குத்தகைவிட்டார். 'புரவரி', 'காணிக்கைவரி', 'பட்டு வரி', 'பரிவட்ட வரி' போன்ற வரிகளை விதித்து ஸ்ரீரங்கம் கோயில் ஸ்ரீபண்டாரத்தில் சேர்த்து வைக்கப்பட்டிருந்த உயர்ந்த திருவாபரணங்களையும் பொற்காசுகளையும் கவர்ந்து சென்றான். இவ்வாறான கொடுமைகளைப் பொறுக்க ஒண்ணாத நிலையில் வெள்ளைக் கோபுரத்தின் மேலே ஏறி இரண்டு ஜீயர்களும் அழகிய மணவாளதாசர் என்ற 'ஏகாங்னியும்' தம் உயிரை மாய்த்துக் கொண்டனர்.

மேற்கூறிய மூவரும் கி.பி.1486இல் திருவரங்கநாதன் கோவிலில் குதித்து உயிர் துறந்தமைக்கு அவர்களின் வைணவச் சமயப்பற்று காரணம் என்றாலும், அதற்குக்

கோனேரிராஜனின் சைவ நெறி தூண்டுதலாக அமைந்தது என்பதை அவனது வரலாற்றை எழுதியுள்ள குடவாயில் பாலசுப்பிரமணியன் மறுக்கிறார். விசயநகர மன்னனாக விளங்கிய சாளுவகுல வீரநரசிம்மனின் சகோதரர் ராமனுஜர் என்பவரே கோனேரிராஜனின் செயல்களுக்குக் காரணம் என்று கூறுகிறார். தம் தம்பி சாளுவ நரசிம்மனிடம் அரச முத்திரை வாங்கி கந்தாடை இராமானுஜதாசர் என்ற பெயரைச் சூட்டிக்கொண்டு திருவரங்கத்தில் வாழ்ந்த வையவ ஏகாங்கிகளுக்குத் தலைவராக அவர் விளங்கினார். ஏற்கெனவே சாளுவ நரசிம்மனின் கட்டுப்பாட்டிற்கு உட்படாது சுயேச்சையாக ஆட்சிபுரிந்த கோனேரிராயனுக்கு, சாளுவ நரசிம்மனின் அண்ணன் கந்தாடை இராமானுஜர் தன் ஆட்சிப் பகுதிக்குள் தங்கி, சமயத் தலைவராக விளங்கியது பிடிக்காமல் போயிருக்கும் என்று குடவாயில் பாலசுப்பிரமணியன் *(2001: 34, 35)* கருதுகிறார். இதன் அடிப்படையில் 'திருவரங்கத்தில் நிகழ்ந்த இந்நிகழ்ச்சிகள் அரசியல் பின்னணியில் நிகழ்ந்த நிகழ்ச்சிகளே அன்றி வைணவ விரோதத்தால் அல்ல என்பது உறுதியாகின்றது' என்று அவர் குறிப்பிடுவது பொருத்தமானதே.

பதினான்காம் நூற்றாண்டில் திருவரங்கத்தின்மீது இசுலாமியர் படையெடுப்பு நிகழ்ந்தபோது தேவரடியார் ஒருவர் இசுலாமியப்படைத்தலைவன் ஒருவனைக்கோபுரத்திலிருந்து கீழே தள்ளிக் கொன்றுவிட்டுத் தானும் கீழே குதித்து இறந்து போனாள். வெள்ளையம்மாள் என்னும் பெயர் கொண்ட அவளுடைய நினைவாகவே கிழக்குக் கோபுரம் வெள்ளைக் கோபுரம் என்றழைக்கப்பட்டு அக்கோபுரத்திற்கு வெள்ளைச்சுண்ணாம்பு அடிக்கப்படுகிறது என்று கிருஷ்ணமாச்சாரியார் (மேலது) குறிப்பிடுகிறார். இத்தகைய செயல்களை ஊக்கப்படுத்தும் வகையில் தேவரடியார்களில் யாரேனும் மரணமடைந்தால் திருவரங்கநாதர் கோவில் திருமடைப் பள்ளியிலிருந்து நெருப்பும், திருக்கொட்டாரத்திலிருந்து அமுதுபடி, தீர்த்தம், திருமாலை, திருப்பரியாட்டம் ஆகியவற்றையும் வழங்கத் தொடங்கினர்.

பதினாறாம் நூற்றாண்டில் செஞ்சியை ஆண்ட கிருஷ்ணப்பநாயக்கர் சிதம்பரம் நடராசர் கோயிலில் இருந்த தில்லைக் கோவிந்தன் கருவறையைச் செப்பனிடும் வேலைகளைச் செய்தார். பெருமாளின் உருவத்தை அங்கு

வைக்கக் கூடாதென்று சைவர்கள் எதிர்த்தனர். இவ்வெதிர்ப்பின் உச்சகட்டமாகக் கோவில் தீட்சிதர்கள் சிலர் கோவில் கோபுரத்தில் ஏறி, கீழே விழுந்து உயிர் துறந்தனர். இதனால் உத்வேகம் பெற்ற பெண் ஒருத்தி தன் கழுத்தை அறுத்துக் கொண்டாள். ஆனாலும் கிருஷ்ணப்ப நாயக்கர் திருப்பணியை செய்து முடித்தார். 1597இல் இதை நேரில் கண்டதாக பிமெண்டோ என்ற சேசுசபைத் துறவி தம் கடிதத்தில் 'குறிப்பிட்டுள்ளார் (பரந்தாமனார் 1966: 423—424).

மதுரை நாயக்கர் ஆட்சியில், சாமனத்தம், சீகாழை, புங்கங்குளம், செங்குளம் என்ற நான்கு கிராமங்களும் சர்வசாமானியமாக (முழு வரி விலக்குப் பெற்றவையாக) மதுரைச் சொக்கநாதர் ஆலயத்தின் ஸ்ரீபாதம் தாங்கிகளாகப் (சப்பரம் தூக்குபவர்களாக) பணி செய்து வந்த அறுபத்து நான்கு பேருக்கு வழங்கப்பட்டிருந்தன. விசயநகரச் சொக்கநாதர் ஆட்சிக் காலத்தில் கி.பி.1712இல் 'அரண்மனையார்' என்றழைக்கப்பட்ட அரண்மனை அதிகாரிகள் வரிவிலக்குப் பெற்றிருந்த கிராமங்கள் மீது வரி விதித்தனர். இதைத் தாங்கிக்கொள்ள முடியாத நிலையில் கூட்டமாகத் தற்கொலை செய்து கொள்வதென்று 'ஸ்ரீபாதம் தாங்கிகள்' முடிவெடுத்தனர். அவர்களில் ஒருவன் கோபுரத்தின் மேலேறி, கீழே குதித்து உயிர் துறந்தான். இதனையடுத்து, சொக்கநாதர் கோவிலின் நான்கு நுழைவாயில்களிலும் மக்கள் திரண்டு நின்றனர். அரண்மனை அதிகாரிகளான 'மணியம்', 'சம்பிரிதி', 'தினசரிக்காரர்', ஆகியோர் கூடிப்பேசி பொதுமக்களையும் ஸ்ரீபாதம் தாங்கிகளையும் அழைத்து நான்கு கிராமங்களும், முன் போலவே அனைத்து வரிகளிலிருந்தும் விலக்கு பெற்ற சர்வமானியக் கிராமங்களாகத் தொடரும் என்று அறிவித்தனர் (க.ஆ.ஆ.1915, 116). தற்கொலை ஒன்றின் வாயிலாக இழந்த உரிமைகளைக் கோவில் பணியாளர்கள் பெற்றுள்ளனர்.

இச்செய்திகள் தவிர, படையெடுப்புகளின்போது கோவிலைக் காப்பாற்றக் கோபுரத்தின் மீது ஏறிக் கீழே குதித்து உயிர் துறந்தவர்களின் நினைவாக 'உதிரப்பட்டி' அல்லது 'இரத்தக் காணிக்கை' என்ற பெயரில் அவர்களது குடும்பத்தாருக்கு நிலங்கள் வழங்கப்பட்டதைக் குறிக்கும் கல்வெட்டுகளும் உள்ளன.

காலனி ஆட்சியின்போதும் கோபுரத் தற்கொலைகள் தொடர்ந்தன. பதினெட்டாம் நூற்றாண்டில் ஆங்கிலப் படைப்பிரிவு ஒன்று மதுரைச் சொக்கநாதர் கோவிலை இடித்து விட்டு, திருப்பரங்குன்றம் கோவிலிலும் அழிவு நடத்தியபோது நடந்த நிகழ்ச்சியைத் திருப்பரங்குன்றம் சுப்பிரமணிய சுவாமி கோவிலின் உள் கோபுரத்திலுள்ள கல்வெட்டொன்று குறிப்பிடுவது வருமாறு:

> **வெள்ளைக்காரர் பாளையம் வந்து இறங்கிச் சொக்கநாதர் கோவிலும் இடித்து பழனியாண்டவன் கோவிலையும் இடித்து , ஊரையும் ஒப்புக்கொண்டு, ஆஸ்தான மண்டபம் கைக்கொண்டு, அட்சகோபுரவாசல் கதவையும் வெட்டிச் கலியாண மண்டபத்துக்கு வருகிற பக்குவத்தில் திருவிழாவும் நின்று தலமும் ஊரும் தெய்வேந்திர பட்டர், குட்டி பட்டர், சிதம்பரம் பிள்ளை, விழுப்பாதரய்யர், ஆறுகரைப்பேர் உள்ளிட்டாரும் கூடி வயிராவி முத்துக்கருப்பன் மகன் குட்டியைக் கோபுரத்திலேறி விழச் சொல்லி, அவன் விழுந்து, பாளையம் வாங்கிப்போனபடியினாலே அவனுக்கு ரத்தகாணிக்கைப் பட்டயம் எழுதிக்கொடுத்தோம்.**

கல்வெட்டின் இறுதிப்பகுதியில் இரத்தக் காணிக்கையாகக் கொடுக்கப்பட்ட நிலத்தின் எல்லைகள் குறிப்பிடப்பட்டுள்ளன. அத்துடன் நாள்தோறும் அரைப்படி அரிசிச் சோறும், கோவிலிலிருந்து அவன் குடும்பத்துக்குக் கொடுக்க வேண்டுமென்றும் குறிப்பிடப்பட்டுள்ளது.

சங்ககாலத்தில் கோபுரங்களுடன் கூடிய பெரிய கோவில்கள் இருந்தமைக்குச் சான்றுகள் தெளிவாக இல்லை. மன்றம் என்னும் இடம் கோவிலாகவும் விளங்கியுள்ளது. மரத்தினாலே கோவில்கள் கட்டப்பட்டன. பல்லவ காலத்தில்தான் கோபுரங்களுடன் கூடிய கோவில்கள் உருப்பெற்றன. பிற்காலச் சோழர் காலத்திலும் விசயநகரப் பேரரசுக் காலத்திலும் இவை மேலும் வளர்ச்சியுற்றன.

மலையுச்சியிலிருந்து கீழே குதித்து உயிர் துறக்கும் பழக்கம் இருந்ததைக் குறுந்தொகையும் சீவகசிந்தாமணியும் உணர்த்துகின்றன. உயர்ந்த கோபுரங்கள் மலையுச்சிக்கு இணையாக ஆயின. தம் எதிர்ப்பைக் தெரிவிக்கும் வழி முறைகளுள் ஒன்றாகத் தற்கொலையையும் மக்கள் தேர்ந்தெடுத்துக்கொண்டனர். மக்களால் பெரிதும் மதிக்கப்பட்ட கோவிலிலிருந்து தற்கொலை செய்துகொள்வது அனைவரின்

கவனத்தையும் ஈர்க்கும் செயலாக மட்டுமின்றி எதிர்ப்புணர்வை வெளிப்படுத்தும் வழிமுறையாகவும் அமைந்தது. திருவரங்கம், அன்பில் ஆகிய ஊர்களில் உள்ள கோவில்களில் தற்கொலை செய்து கொண்டவர்களுக்குச் சிலை எழுப்பி வழிபாடு நிகழ்த்த நிலங்களை மானியமாக வழங்கியமைக்கு ஓர் அடிப்படைக் காரணம் உண்டு. மன்னர்களின் உருவச்சிலைகள் மட்டுமே தெய்வங்களுக்கு ஈடாக வைக்கப்பட்ட சமூகச்சூழலில் மன்னர் அல்லாதவரும் சிலை வடிவில் கோவிலில் இடம் பெறுவது எளிதானதன்று. ஆனால் கோபுரத்திலிருந்து குதித்தவர்களுக்கு இப்பெருமையை வழங்கியுள்ளனர்.

அன்பில் கிராமத்தில் தற்கொலை செய்துகொண்ட பழுதையாண்டாருக்குச் சிலை வடித்ததன் நோக்கம், ஊர்ப் பொது மக்களின் எதிர்ப்புணர்வை மட்டுப்படுத்துவதுதான். இத்தகைய நிகழ்ச்சிகள் வெவ்வேறு வடிவங்களில் பிற்காலச் சோழர் காலத்தில் நிகழ்ந்துள்ளன. மயிலாடுதுறையை அடுத்துப் புஞ்சை என்னும் கிராமத்தில் கோவிலுக்குரிய நிலங்களின் எல்லைக் கற்களை அகற்றிவிட்டுத் தனிப்பட்ட நால்வர் அதைத் தமது சொத்தாக மாற்றிக்கொண்டனர். இதைக் கண்டித்து திருசூலவேளைக்காரர்கள் தீப்பாய்ந்து தற்கொலை செய்துகொண்டனர். இச்செயலுக்காக இவர்களது உலோக உருவச் சிலைகளை நிறுவி வழிபாடுகள் நிகழ்த்த ஏற்பாடு செய்யப்பட்டதென்று கி.பி.1172ஆம் ஆண்டுக் கல்வெட்டுக் குறிப்பிடுகிறது (ராசுகுமார் 2004: 86).

புதுக்கோட்டை மாவட்டம் கீரனூர் கிராமத்திலுள்ள உத்தமநாத சுவாமி கோயிலின் மேற்குப் பிரகாரச் சுவரில் கி.பி. 1311ஆம் ஆண்டைச் சேர்ந்த பாண்டியர் காலக் கல்வெட்டொன்று உள்ளது. தேவதானமாக வழங்கப்பட்ட, இறையிலி நிலத்திற்கு வரி விதித்தமையை எதிர்த்து மூவர் உயிர்துறந்துள்ள செய்தியை இக்கல்வெட்டு குறிப்பிடுகிறது. இம்மூவரும் எவ்வகையில் உயிர்துறந்தனர் என்பதைக் கல்வெட்டு குறிப்பிடவில்லை. ஆனால் இம்மூவரின் திருவுருவச் சிலைகள் (திருமேனிகள்) இக்கோவிலில் நிறுவப்பட்டதை இக்கல்வெட்டால் அறியமுடிகிறது.

வழிபாட்டுத் தலம் என்னும் நிலையிலிருந்து சொத்துக்களின் இருப்பிடமாகக் கோவில்கள் மாற்றமடைந்தபிறகு

பழுதையாண்டார்

அப்பாவு ஐயங்கார் திருவரங்கம்

ஜீயர்கள்

பெரியாழ்வார் திருவரங்கம்

சொத்துக்களைக் காப்பாற்றும் வழிமுறைகளில் ஒன்றாகவும் அரசியல் மாற்றங்களுக்கான போராட்ட வழிமுறைகளுள் ஒன்றாகவும் கோபுரத் தற்கொலைகள் உருவாகியுள்ளன. விசயரங்கச் சொக்கநாதர் ஆட்சிக்காலத்தில் ஸ்ரீபாதம் தாங்கிகளில் ஒருவர் மேற்கொண்ட தற்கொலைச் செயல் எதிர்க்குரலாக அமைந்து பாதிக்கப்பட்டவர்களுக்கு வெற்றியை அளித்துள்ளது.

ஆதிக்கப் பிரிவைச்சார்ந்த தீட்சிதர்களின் தற்கொலை சைவம் என்ற குறுகிய எல்லைக்குள் நிகழ்ந்ததால் பொதுமக்களின் கவனத்தை ஈர்க்கவில்லை. எனவே கிருஷ்ணப்பநாயக்கன், தான் நினைத்ததைச் செய்துமுடித்தான்.

இவர்கள் நீங்கலாக ஏனையோர் எந்த நோக்கில் தற்கொலை செய்துகொண்டாலும் ஆதிக்கச் சக்திகளுக்கான பலியாடுகளாகத் தம்மை ஆக்கிக்கொண்டுள்ளனர் என்பதே உண்மை.

எதிர்க்காலத்திலும் இத்தகையோரின் பணி தேவைப்படும் என்பதையுணர்ந்து அதை ஊக்கப்படுத்தும் முறையிலேயே சிலை வடிப்பு, கோவில் மரியாதை வழங்கல், இரத்தக் காணிக்கை வழங்கலோ நிகழவில்லை என்பதை எண்ணிப் பார்க்க வேண்டும். தனக்கு மேலாக உள்ள தெய்வம் மற்றும் மனிதர்களுக்குத் தன்னை முற்றாக அர்ப்பணித்துக் கொள்வதே ஆன்மீகக் கடப்பாட்டின் முக்கிய அம்சம் என்று கூறும் ரணஜீத் குகா (1992:18-19) இதற்குச் சான்றாகத் தாழ்த்தப்பட்ட பிரிவைச் சேர்ந்த பணியாளர்கள் மேட்டிமைச் சாதியைச் சேர்ந்த தம் எசமானர்களுக்காக உயிர் துறந்ததைக் கூறும் பழமரபுக் கதைகளைச் சுட்டிக்காட்டுகிறார்.

கோபுரத் தற்கொலையாளிகளில் பெரும்பாலோர் ரணஜீத் குகா குறிப்பிடும் ஆன்மீகக் கடப்பாட்டின் அடிப்படையிலேயே தெய்வம் உறைவதாக நம்பும் கோவில், அதன் சொத்துகள் ஆகியவற்றைக் காப்பாற்றத் தம் உயிரைப்போக்கிக் கொண்டுள்ளனர். அவர்கள் மட்டுமீறிப் பருகிய பக்தி என்னும் மது தந்த போதை உயிர் குறித்த அச்சத்தைப் போக்கியுள்ளது.

துணை நூல்கள்

Annual Reports on Indian Epigraphy (க.ஆ.அ.). 1915-1917.

தென்னிந்தியக் கல்வெட்டுகள், தொகுதிகள் 8, 24.

கிருஷ்ணமாச்சாரியர், அ., 2005, கோயிலொழுகு (பகுதி 1, பாகம் 1) திருச்சி.

குடவாயில் பாலசுப்பிரமணியன், 2001, கோனேரிராயன், தஞ்சாவூர்.

பரந்தாமனார், அ.கி., 1966, மதுரை நாயக்கர் வரலாறு, சென்னை.

ராசுகுமார், மே.து., 2004, சோழர் கால நிலவுடைமைப் பின்புலத்தில் கோயில் பொருளியல், சென்னை.

Ranjit Guha, 1992, *Elementary Aspects of Peasant Insurgency in Colonial India*, Delhi.

Upendra Thakur, 1963, *The History of Suicide in India*, Delhi.

◆

விலங்கு உயிர்ப்பலித் தடைச் சட்டத்தின் அரசியல்

சமயம்

மனித சமூகத்தின் பண்பாட்டு நிறுவனங்களுள் சமயம் ஒரு முக்கிய இடத்தை வகிக்கிறது. சமயம் என்பது குறித்துச் சமூகவியலாளர்களும் மானிடவியலாளர்களும் உளவியலாளர்களும் வரையறை செய்துள்ளனர். எமில்தர்கைம் என்னும் சமூகவியலாளர் சமயம் என்பது புனிதமான ஒன்றைப் (Sacred thing) பற்றிய நம்பிக்கைகளும் செயல்முறைகளும் அடங்கிய ஓர் ஒழுங்கமைந்த முறையாகும் என்று வரையறை செய்துள்ளார் (பக்தவச்சல பாரதி, 1999: 489). ஒடியா என்பவர் இக்கருத்தை மேலும் விரிவுபடுத்தி,

> **பகுத்தறிவிற்கு எட்டாததும் (non rational) செயலறிவிற்கு உட்படாததுமான (nonempirital) ஓர் உலகத்துடன் தொடர்புகொள்ள மக்கள் ஏற்படுத்திக்கொண்ட முறையே சமயம்**

என்று வரையறை செய்துள்ளார் (மேலது, 489). மார்க்சியர்கள் சமூக உணர்வின் வடிவங்களில் ஒன்றாகச் சமயத்தைக் காண்கின்றனர். மார்க்சிய அறிஞரான ஜார்ஜ் தாம்சன்,

> **இவ்வுலகம் இயற்கைக்கு அப்பாற்பட்ட ஒரு சக்தியின் கட்டுப்பாட்டில் இயங்குகிறது என்றும் அந்தச் சக்தியை வழிபாட்டின் மூலமாகவும் பலி கொடுப்பதன் மூலமாகவும் திருப்திப்படுத்தி நமக்கு உதவி புரியச் செய்யலாம் என்றும் அந்த சக்தியை ஞானத்தால் அல்லாமல் பக்தியால் மட்டுமே அறிய முடியும் என்றும் அனுமானம் (கற்பிதம்) செய்துகொண்டு அதன் அடிப்படையில் உருவாகும் நம்பிக்கைகளும் நடைமுறைகளும் அடங்கிய ஓர் அமைப்பே சமயம் என்று வரையறுக்கலாம்**

என்று குறிப்பிடுகிறார்.

சமயத்தின் தோற்றம்

சமயத்தின் தோற்றம் குறித்து முதன் முதலாக உருவாக்கப்பட்ட கோட்பாடு ஆவி உலகக் கோட்பாடு (Animism) இ.பி. டைலர் என்னும் மானிடவியலாளர் தாம் எழுதிய "புராதனப் பண்பாடு" என்னும் நூலில் இக்கோட்பாட்டை வெளிப்படுத்தினார். அவருடைய கருத்துப்படி ஆவிகளைக் குறித்த நம்பிக்கையிலிருந்தே சமயம் தோன்றியது.

ஆவியுலகக் கோட்பாடு

மனிதர்கள், தெய்வங்கள், விண்மீன்கள், பாறைகள், மரங்கள், விலங்குகள் போன்ற அனைத்து உலகப்பொருட்களும் ஓர் ஆன்மாவைக் (Soul) கொண்டிருக்கின்றன அல்லது பல ஆன்மாக்களைக் கொண்டிருக்கின்றன என்பதே ஆவியுலகக் கோட்பாட்டின் அடிப்படையாகும் (Bouisson 1960: 4).

ஆவியுலகத் தோற்றம்

முதலில் மந்தையாகவும் (primitive herds) பின்னர் இனக்குழுவாகவும் (Tribe) வாழத் தொடங்கிய புராதன மனிதர்கள் தங்கள் உழைப்பின் வாயிலாக இயற்கையுடன் போராடிப் படிப்படியாகத் தங்கள் வாழ்க்கையினை மாற்றத் தொடங்கினார்கள். குடியிருப்புகளை அமைத்துக்கொண்டு ஆடைகள் நெய்யவும் கால்நடைகள் வளர்க்கவும் புன்செய் வேளாண்மை செய்யவும் கட்டுமரங்களிலும் படகுகளிலும் சென்று மீன் பிடிக்கவும் தொடங்கினார்கள் (Korovkin 1965:21).

ஆயினும் இயற்கைச் சக்திகளுக்கு முன்னர் புராதன மனிதன் பலவீனமானவனாகவும் உதவியற்றவனாகவுமே காட்சியளித்தான். சமயா சமயங்களில் அவனது குடியிருப்புகள் காதைச் செவிடாக்கும் ஓசையுடன் கூடிய கண்ணைக் குருடாக்கும் மின்னலால் அழிக்கப்பட்டன. அவனால் அதிலிருந்து தன்னைப் பாதுகாத்துக்கொள்ள முடியவில்லை. அதுபோலவே காட்டுத் தீயிலிருந்தும் அவனால் தன்னைப் பாதுகாத்துக்கொள்ள முடியவில்லை. திடீரென்று வீசும் சூறாவளிக் காற்று அவர்களது சிறுபடகுகளைப் புரட்டி எறிய அவர்கள் நீரில் மூழ்கினார்கள். நோய்களைத்

தீர்க்க வழியறியாமல் ஒருவரை அடுத்து ஒருவர் நோயால் மரணமடைந்தனர். ஆபத்துகள் அவர்களைச் சூழும்போது அதை எதிர்த்து நின்று வெற்றிகாண முடியாமல் அதிலிருந்து தப்பி ஓடி ஒளிந்தனர் (Korovkin 1965:19).

சுருங்கக் கூறின் இயற்கைச் சக்திகளின் செயல்பாடு அவர்களுக்குப் புரியாத புதிராகவே இருந்ததது. இப்புதிரை விடுவிக்குமளவுக்குத் தொழில்நுட்பமானது புராதன சமுதாயத்தில் வளர்ச்சியடையவில்லை. புராதன மனிதன் வேட்டையாடும் போதும் எதிரியுடன் போராடும்போதும் தன் வெறுங்கைகளையே முதலில் பயன்படுத்தினான். பின்னர் கூர்மையான கல்லையோ, குச்சியையோ அவன் பயன்படுத்தத் தொடங்கியபோது அவனுடைய பலம் பன்மடங்கு அதிகரித்தது. ஆனால், அவ்வாறு அதிகரித்த பலம் எங்கிருந்து வந்தது என்ற கேள்விக்குப் புராதன மனிதனால் விடையளிக்க முடியவில்லை.

ஆன்மா அல்லது ஆவி அவன் பயன்படுத்திய கருவியில் மறைந்திருந்தது என்ற முடிவுக்கே அவனால் வர முடிந்தது (Panov 1985:72/77).

இயற்கைச் சக்திகள் மற்றும் கருவிகளின் செயல்பாட்டை மட்டுமின்றிக் கனவுகளின் தோற்றம் குறித்தும் பண்டைய மனிதர்களால் புரிந்துகொள்ள முடியவில்லை. அவர்கள் வாழும் குடியிருப்புகளுக்கு வெகு தொலைவிலுள்ள மக்களை அவர்கள் கனவில் கண்டார்கள். பகலில் அவர்கள் கண்ட மரங்கள் பாறைகள், விலங்குகள், நீர்நிலைகள், செடிகொடிகள் ஆகியனவும் அவர்கள் கனவில் தோன்றின. இக்கனவுகளை விளக்கும் முயற்சியில் ஈடுபட்டு ஆன்மா (soul) அல்லது ஆவி (spirit) என்ற ஒரு கருத்தினை உருவாக்கினர். இதன்படி,

> **ஒவ்வொரு மனிதனின் உடலிலும் ஆன்மா அல்லது ஆவி உறைகிறது. ஒரு மனிதன் உறக்கத்தில் ஆழ்ந்திருக்கும்போது ஆவி அல்லது ஆன்மா அவன் உடலை விட்டு வெளியேறிப் பிற ஆவிகளைப் பார்ப்பதற்காகப் பறந்து செல்கிறது. அது திரும்பி வந்தவுடன் மனிதன் விழிக்கின்றான். மேலும் அவன் கனவில் தோன்றும் விலங்குகள், பறவைகள் போன்ற அஃறிணைப் பொருள்களும் பாறைகள், நீர்நிலைகள் போன்ற சடப்பொருள்களும் கூட ஆவி அல்லது ஆன்மாவைக் கொண்டிருக்கின்றன.**

என்று புராதன மனிதன் கருதினான் (Korovkin 1965:19).

இவ்வாறு உயிருள்ள பொருள்களிலும் சடப்பொருள்களிலும் ஆவி அல்லது ஆன்மா உறையும் என்னும் இந்நம்பிக்கை ஆவியுலகக் கோட்பாடாகும். டைலர் என்னும் மானிடவியல் அறிஞர் 'புராதனப் பண்பாடு' (primitive culture) என்ற நூலில் ஆவியுலகக் கோட்பாடு என்னும் இக்கோட்பாட்டை உருவாக்கினார். டைலரின் கருத்துப்படி,

> **இரண்டு வகையான உயிரியல் பிரச்சனைகளால் பண்பாட்டின் தோற்றநிலையிலிருந்த பகுத்தறியும் மனிதர்கள் கவர்ந்திழுக்கப்பட்டார்கள். உயிருள்ள உடலுக்கும் இறந்த உடலுக்கும் உள்ள வேறுபாட்டிற்கு எது காரணமாயிருக்கிறது? விழிப்பு. தூக்கம், மோனம், நோய், சாவு இவற்றிக்குக் காரணம் என்ன என்பது முதலாவது பிரச்சனையாகும். இந்த நீண்ட நிகழ்வுகளையும் உற்று நோக்கிய அநாகரிகச் சமூகத்தின் தத்துவவாதிகள் ஒவ்வொரு மனிதனும் உயிர்ப்பொருள், ஆவியுரு என்ற இரண்டு பொருள்களைக் கொண்டிருக்கின்றன என்ற முடிவுக்கு வந்தனர்** (J.B.N.1973: 984).

இந்த ஆவிகளும் ஆன்மாவும் மனிதர்கள் மற்றும் விலங்குகளின் வாழ்க்கையைப் பாதிக்கின்றன என்றும் சுற்றியுள்ள உலகப்பொருட்களின் மீதும் இயற்கை நிகழ்ச்சிகளின் மீதும் பாதிப்பை ஏற்படுத்துகின்றன என்றும் ஆதிமனிதன் நம்பினான் (Rosonthal and Yadin, 1967: 20). ஆவியுலகக் கோட்பாடு முக்கியமாக மூன்று அம்சங்களைக் கொண்டுள்ளது (Leach, 1972: 62).

1. இறந்த அல்லது உயிரோடிருக்கும் மனிதர்கள் மற்றும் விலங்குகளின் ஆவி அல்லது ஆன்மாவின் மீது நம்பிக்கை கொண்டு வழிபடுதல்.

2. பௌதீகப் பொருள்களின் மீது உறுதியாகத் தொடர்பில்லாத ஆவிகளின் மீது நம்பிக்கை கொள்ளுதல்.

3. இயற்கைப் பொருள்களின் மீதும் வாழும் ஆவிகளின் மீதும் நம்பிக்கைகொண்டு வழிபடுதல்.

முன்னோர் வழிபாடு

மேற்கூறிய ஆவி உலக நம்பிக்கையுடன் நெருக்கமான தொடர்புகொண்ட ஒரு வழிபாட்டுமுறை முன்னோர் வழிபாடு (ancestor worship) அல்லது இறந்தோர் வழிபாடு (cult of the dead) ஆகும்.

இவ்வுலக வாழ்வு இம்மை மறுமை கொண்டது. பல பிறப்புகளைக் கொண்டது. ஒரு பிறவியில் செய்வது மற்ற பிறவியில் அமையும் வாழ்வுக்குக் காரணமாகிறது. ஒரு பிறவியில் ஒருவர் பெறும் ஆற்றல் அவர் இறந்த பின்னும் அவருடைய இனத்தவருடன் தொடர்பு பெறுகின்றது போன்ற நம்பிக்கைகள் முன்னோர் வழிபாட்டிற்கு அடித்தளமாக அமைகின்றன. அவற்றோடு பின்வரும் நம்பிக்கைகளும் முன்னோர் வழிபாட்டிற்கு மிகவும் தொடர்புடையவனவாக உள்ளன.

1. இறந்த மூதாதையரின் ஆற்றலும் அனுபவமும் வாழ்வோரைச் செழுமைப்படுத்தும் என்னும் நம்பிக்கையில் மூதாதையர்களை வழிபடுகின்றனர்.

2. இறந்தோரின் ஆசி என்றென்றும் வாழ்வோருக்குக் கிடைக்க வேண்டும் என முன்னோர்களை வழிபடுகின்றனர்.

3. இறந்தோரின் விருப்பங்களையும் அவருக்குப் பிடித்தமானவற்றையும் நிறைவேற்றி அவரை வழிபடுதல்மூலம் தீய ஆற்றல்களிடமிருந்து முன்னோர்கள் தப்பவைப்பார்கள் என்றும் அவர்களும் சினங்கொள்ளாமல் அருள் குணத்துடன் ஆதரிப்பார்கள் என்றும் நம்பி முன்னோருக்கு வழிபாடு செய்கின்றனர்.

தொன்மைச் சமயம் குறித்த மேற்கூறிய விளக்கங்கள் தவிர புனிதப் பொருள் வழிபாடு (Fetishism), குலக்குறி வழிபாடு (Totemism), உயிரியம் (animatism) என்பன பிற முக்கிய வரையறைகளாகும். தமிழக நாட்டார் சமயத்தில் ஆவிகள் குறித்த நம்பிக்கையும் இறந்தோர் வழிபாட்டின் தாக்கமும் அதிக அளவில் உள்ளமையால் இவை இரண்டைக் குறித்த அறிமுகம் தரப்பட்டது.

நிறுவனச் சமயம்

இயற்கைச் சக்திகளின் ஆற்றலைப் புரிந்துகொள்ள இயலாத நிலையிலும் ஆவிகளைக் குறித்த அச்ச உணர்வின் அடிப்படையிலும் குலக்குறி குறித்த நம்பிக்கையின் அடிப்படையிலும் உருவான தொல் சமயமானது, சற்று விலகி சில விதிமுறைகளையும் இறையியல் கோட்பாடுகளையும்

புனித நூல்களையும் வரையறுக்கப்பட்ட வழிபாட்டு முறைகளையும் நிரந்தரமான கட்டடங்களையும் கொண்ட ஒரு நிறுவனமாகக் காலப்போக்கில் உருப்பெற்றது. இது நிறுவனச் சமயம் என்றழைக்கப்படுகின்றது. இறுக்கமான விதிமுறைகளையும் சமயத் தலைவர்களையும் கொண்ட நிறுவனச் சமயம் தொன்மைச் சமயத்தின் சில கூறுகளை உள்வாங்கிக்கொண்டது. அதே நேரத்தில் தொன்மைச் சமயத்தின் அடிப்படை இயல்புகளிலிருந்து விலகி நிற்பது.

நாட்டார் சமயம்

தொன்மைச் சமயத்தின் முக்கியக் கூறுகளை உள்ளடக்கிக்கொண்டு பெருவாரியான பொதுமக்களால் பின்பற்றப்படும் சமயம் நாட்டார் சமயம் ஆகும். ஆவிகள் குறித்த நம்பிக்கை மூதாதையர் வழிபாடு, குலக்குறி வழிபாடு போன்றவற்றின் தாக்கம் நாட்டார் சமயத்தில் மிகுந்திருக்கும். நிறுவனச் சமயங்களைப் பின்பற்றுபவர்களிடம் கூட நாட்டார் சமயத்தின் தாக்கம் காணப்படும். சான்றாகக் கத்தோலிக்கர்களிடையே இடம்பெறும் புனிதர் பக்தி முயற்சி, கல்லறைத் திருநாள், இஸ்லாமியர்களிடையே இடம்பெற்றுள்ள தர்க்கா போன்வற்றைக் குறிப்பிடலாம். இவற்றை முறையே வெகுசனக் கத்தோலிக்கம் வெகுசன இஸ்லாம் என்றழைப்பர்.

தமிழக நாட்டார் சமயம்

தமிழ்நாட்டில் வாழும் கிறிஸ்தவர்கள், இஸ்லாமியர்கள் நீங்கலாக ஏனையோர் இந்து சமயத்தவராகக் கருதப்படுவது ஒரு பொதுவான மரபாக உள்ளது. ஆனால் உண்மையில் இந்து சமயமென்ற சொல்லுக்குள் பெரும்பாலான தமிழர்களை அடக்குவது ஒரு வசதியின் பொருட்டே அன்றி உண்மையின் அடிப்படையில் அல்ல. சைவ சித்தாந்தத்தைப் பின்பற்றும் சைவர்கள் சங்கரரது மாயாவாதக் கோட்பாட்டை ஏற்றுக் கொள்வதில்லை. அப்படியிருக்க உலகம் மாயை என்று மாயாவாதம் பேசும் சங்கரரது அத்வைதத் தத்துவத்தைப் பின்பற்றுவோரும், பொருள் உண்மை என்று கூறும் சைவ சித்தாந்திகளும் இந்து சமயம் என்ற வட்டத்திற்குள் எவ்வாறு அடங்குவர்?

தமிழ்நாட்டின் சமய வரலாற்றில் வேத சமயம், சைவ சமயம், வைணவ சமயம் என்ற மூன்று முக்கியச் சமய நெறிகள் வழக்கில் இருந்தமை மறுக்க முடியாத வரலாற்றுண்மையாகும்.

காலப்போக்கில் சில அரசியல் பொருளாதாரச் சூழல்களுக்கேற்ப இச்சமயங்களை இணைத்து இவையனைத்தும் ஒரே சமயம் என்ற புறத்தோற்றத்தை உருவாக்க முயன்றதன் வெளிப்பாடே இந்து சமயமாகும்.

> **அவன் (வெள்ளைக்காரன்) மட்டும் இந்து என்ற பெயர் வைத்திருக்காவிட்டால் ஒவ்வொரு 'ஊரிலும் சைவர், வைணவர், சாக்தர், முருகபக்தர், எல்லை அம்மனைக் கும்பிடுவர் என்று நம்மைப் பிரித்துக்கொண்டு தனித்தனி மதமாக நினைத்துக்கொண்டிருப்போம். சைவர்களுக்கும் வைணவர்களுக்கும் ஒரே சாமி இருக்கிறாரா? இல்லை. வைணவர்களுக்குச் சிவன் சாமியே அல்ல; சைவர்களிலும் தீவிரவாதிகள் விட்டுணு சாமியே இல்ல சிவன்தான் சாமி. விட்டுணு சிவனுக்குப் பக்தன் என்று சொல்கிறார்கள். இவர்கள் இரண்டு பேரையும் எப்படி ஒரே மதம் என்று சொல்வது? வெள்ளைக்காரன் நமக்கு இந்துக்கள் என்று பொதுப்பெயர் வைத்தானோ நாம் பிழைத்தோம். அவன்வைத்த பெயர் நம்மைக் காப்பாற்றியது (தெய்வத்தின் குரல் முதல்பாகம்).**

என்று ஸ்ரீகாஞ்சி காமகோடி ஸ்ரீசந்திரசேகரேந்திர சரஸ்வதி சங்கராச்சாரி சுவாமிகள் குறிப்பிட்டுள்ளது கவனிக்கத்தக்கது.

அரசியல் ஆதாயங்களுக்காக இந்து என்னும் பொதுப்பெயர் இன்றும் கவனமாகப் பேணப்படுகிறது. இது குறித்து மேலும் விரிவாக ஆராய்வது இங்கு அவசியமில்லையென்பதால் சைவ வைணவச் சமயங்களை நிறுவனச் சமயங்கள் (Institutionalised religions) என்னும் வகைப்பாட்டிற்குள் அடக்குவதுடன் நிறுத்திக்கொள்ளலாம்.

இந்நிறுவனச் சமய எல்லைக்குள் முற்றிலும் உட்படாது பெரும்பாலான தமிழர்களால் பின்பற்றப்படும் சமயநெறி ஒன்றுள்ளது. சிறு தெய்வங்கள், கிராம தெய்வங்கள் அல்லது கிராம தேவதைகள் என்னும் பெயரால் அழைக்கப்படும் இத்தெய்வங்களை வணங்குபவர்களும் இந்து சமயத்திற்கு உட்படுத்தப்படுகின்றனர்.

இந்து சமயமும் அடித்தளத் தமிழர் சமயமும்

இந்து சமயமென்பது தொடக்கத்தில் வேதகாலத் தெய்வங்களான இந்திரன், பிரம்மன் ஆகியோரையும் பின்னர் சிவன், திருமால், முருகன் ஆகிய தெய்வங்களையும் வழிபடும் மரபைத் தன்னகத்தே கொண்டுள்ளது. ஆனால், பொது மக்களில் பெரும்பாலோர் மூதாதையர் வழிபாடு, தாவர விலங்குருவ வழிபாடு, புனிதப்பொருள் வழிபாடு, குலக்குறி வழிபாடு ஆகியனவற்றை வழிபாட்டு மரபாகக் கொண்டுள்ளனர். ஆயினும் சிவன், திருமால், முருகன் ஆகிய தெய்வங்களையும் இவர்கள் வழிபடுகிறார்களே என்ற வினா நம் உள்ளத்தில் தோன்றலாம். ஆனால் 1930இல் தொடங்கி 1940 முடிய படிப்படியாக இயற்றப்பட்ட கோயில் நுழைவுச் சட்டங்களுக்குப் பின்னரே இத்தெய்வங்களை வழிபடும் உரிமை இவர்களுக்குக் கிட்டியது என்கிற உண்மையினை மறந்துவிடக் கூடாது. அதற்கு முன்னர் இந்து சமயக் கடவுள் வழிபாட்டில் பெரும்பாலான உழைக்கும் மக்களுக்குச் சிவன் உள்ளிட்ட தெய்வங்களை வணங்க உரிமை எதுவும் இல்லை.

இந்து சமயக் கடவுள்களை வழிபடுமிடமான கோவில், ஆகம விதிகளின்படி நிறுவப்படுகிறது. பொதுமக்களின் தெய்வங்கள் தனிப்பட்டவர்களாலோ குறிப்பிட்ட சாதியினராலோ, ஊரவராலோ மிக எளிதாக நிறுவப்படுகின்றன. இவற்றுக்கென ஆகமவிதிகள் எதுவும் இல்லை. சில நடைமுறை விதிகளே உண்டு. இவையும் இடத்திற்கு இடம் மாறுபடும். திட்டமிடப்பட்ட நாள் வழிபாடு இந்து சமயக் கோவில்களில் நிகழ, பெரும்பாலும் நாள் வழிபாடற்ற தெய்வங்களாக பொதுமக்களின் தெய்வங்கள் உள்ளன. சிவலிங்கம் நீங்கலாக ஏனைய இந்து சமயத் தெய்வங்கள் பெரும்பாலும் மனித உருவில் வடிக்கப்பட்டுள்ளன. அடித்தள மக்களின் தெய்வங்கள், மனித உருவும் விலங்கு உருவும் கலந்தும், உருவமற்ற கற்கள், பீடங்கள் வடிலிலும் பெரும்பாலும் அமைந்துள்ளன. மரங்களுங்கூடத் தெய்வமாக வழிபடப்படுகின்றன.

குறிப்பிட்ட தெய்வத்தின் ஆவி குறிப்பிட்ட மனிதரின் வாயிலாக வெளிப்பட்டுப் பேசும் என்னும் நம்பிக்கையின் வெளிப்பாடாகச் சாமியாட்டம் என்ற சடங்கு அடித்தள மக்களின் வழிபாட்டில் இடம் பெறுகிறது. வழிபடுபவர்

தாம் வழிபடும் தெய்வத்துடன் நேரடியாக உரையாடல் நிகழ்த்த இது உதவுகிறது. இம்முறை இந்து சமய வழிபாட்டில் கிடையாது. மிகப்பெரும்பாலும் அந்தணர்களே இந்துக் கோவில்களில் பூசாரிகளாக விளங்குவர். மிகப் பெரும்பாலும் அந்தணரல்லாதோரே அடித்தள மக்களின் கோவில்களில் பூசாரிகளாக விளங்குவர். அந்தணர்களின் நுழைவு அண்மைக்காலமாக இக்கோயில்களில் ஏற்படத் தொடங்கியுள்ளது.

அடித்தள மக்களின் கோவில் விழாக்கள், குறிப்பாக ஆண்டுதோறும் அல்லது இரண்டாண்டுகளுக்கு ஒருமுறை நிகழும் திருவிழாக்கள் (கொடை) குறிப்பிட்ட ஊரவர் மற்றும் சாதியினரின் ஊர்க் கூட்டத்தில் திட்டமிடப்படுகின்றன. குடும்பத்திற்கு (தலைக்கட்டு) இவ்வளவு என்ற முறையில் ஊரவர்களிடமிருந்தே திருவிழாவிற்கான செலவுத் தொகை திரட்டப்படுகிறது. இதுவும் ஊர்க்கூட்டத்திலேயே நிர்ணயிக்கப்படுகிறது. இதனைச் செலுத்தாதவர்களுக்குப் பொங்கலிடவும், உயிர்ப்பலி கொடுக்கவும் அவர்களுக்குரிய உரிமை தடுக்கப்படும். அதே நேரத்தில் வரி கொடுப்பவர் என்ற முறையில் தமது கருத்துக்களைச் சொல்லவும் வினா எழுப்பவும் நிர்வாகிகளைத் தேர்ந்தெடுக்கவும் ஊரவர் ஒவ்வொருவரும் உரிமை பெற்றுள்ளனர். இது இந்து கோவில்களில் காணப்படாத ஜனநாயக அம்சமாகும். இந்து அறநிலையத்துறையினரின் கட்டுப்பாட்டுக்குள் இந்த ஆலயங்கள் வருவதற்கு முன்னாலுங்கூடத் தமிழகத்தின் பெரிய ஆலயங்கள், ஆட்சியாளர்கள் மற்றும் அவர்களைச் சார்ந்தோரின் பிடிக்குள் இருந்தனவே தவிர பொதுமக்களின் கட்டுப்பாட்டிற்குள் அவை இருந்ததில்லை.

நிறுவனச் சமயக் கோயில்களில் தாம் சமைத்த உணவைப் படைத்து வழிபடும் உரிமை வழிபடுவோர்க்குக் கிடையாது. ஏனெனில் சமைத்த உணவு தீட்டுக்குரிய பொருளாகக் கருதப்படுகிறது. கோவில் மடைப்பள்ளியில் பிராமணர்களால் சமைத்த உணவு மட்டுமே படையல் பொருளாக ஏற்றுக் கொள்ளப்படுகிறது. இதுவும்கூட வழிபடுவோர் பார்வையில் படாதவாறு துணிபோட்டு மறைக்கப்பட்டிருக்கும். இதற்கு நேர்மாறாகப் 'பொங்கலிடுதல்' என்னும் சடங்கின் வாயிலாகப் பக்தர்கள் சமைக்கும் உணவு நாட்டார் தெய்வங்களுக்குப்

படைக்கப்படுகிறது. மேலும், கோவில் திருவிழாக்களின்போது சோறு, அவித்த முட்டை, இறைச்சி ஆகியன நாட்டார் தெய்வங்களின் முன்பு ஓலைப்பாய் அல்லது துணியின்மீது குவித்து வைக்கப்படும். துணியிட்டு இதை மறைத்து வைப்பதில்லை. இத்தகைய வேறுபாடுகள் மிகுந்துள்ள நிலையில் இந்து சமயமென்ற வரையறைக்குள் பெரும்பாலான தமிழர்கள் வணங்கும் தெய்வங்களையும் அத்தெய்வ வழிபாட்டு நெறியினையும் உட்படுத்துவது செயற்கையான ஒன்றாகவே உள்ளது.

பெருந்தெய்வமும் சிறு தெய்வமும்

மேலும், நிறுவனச் சமயத்திற்குள் அடங்கும் சைவ, வைணவ சமயங்களில் இடம்பெறும் தெய்வங்களைப் பெருந்தெய்வம் என்றும் ஏனைய தெய்வங்களைச் சிறு தெய்வம் என்றும் அழைப்பது தற்செயலாகத் தோன்றிய ஒன்றல்ல. இவ்விரு சொற்களும் ஒருவகையான சமூக மேலாதிக்கச் சிந்தனையின் அடிப்படையிலேயே உருவாகியுள்ளன. சிவன், திருமால், முருகன் போன்ற தெய்வங்கள் உயர்வானவை என்னும் பொருளையே பெருந்தெய்வம் என்ற சொல் குறித்து நிற்கிறது. இத்தெய்வங்களை அடுத்துள்ள தெய்வங்களும் கூடப் பரிவார தெய்வங்கள் என்று அழைக்கப்பட, சமூகத்தின் அடித்தள மக்கள் வணங்கும் மாடன், காடன், மாரி, பிடாரி போன்ற தெய்வங்கள் சிறுமையானவை என்னும் பொருளில் சிறு தெய்வங்கள் என்றழைக்கப்படுகின்றன.

இப்பொருளிலேயே, சைவ அடியாராகிய திருநாவுக்கரசரும், “சென்று நாம் சிறு தெய்வம் சேர்வோம் அல்லோம்” என்று கூறுகிறார்.

> **பிண்டத்திரளையும் பேய்க்கிட்ட நீர்ச்சோறும்**
> **உண்டற்கு வேண்டி நீஓடித்திரியாதே** **(168)**

என்ற பெரியாழ்வார் திருமொழியும் இத்தகைய வழிபாட்டு முறைகளைக் குறைகூறும் கண்ணோட்டத்திலேயே எழுந்துள்ளது.

பறையர் குலத்தில் பிறந்த நந்தன் சிவனை வணங்குவது அவனது சாதி இயல்புக்கு மாறாகக் கருதப்படுகிறது. அவன்

வணங்கவேண்டிய தெய்வங்களைக் குறித்தும் வழிபாட்டுமுறை குறித்தும் 'நந்தனார் சரித்திரக் கீர்த்தனை' இவ்வாறு குறிப்பிடும்.

ஓதியடி வீரா வென்றும் உக்கிர மாடாவென்றும்
பலிபெறுங் கறுப்பாக வென்றும் பாவாடைராய வென்றுந்
துதிபெறு மிருளா வென்றுந் தொட்டியச் சின்னனென்றும்
மதுக்குடம் பிசிதம் வைத்த ருந்தியே வணங்குவாயே
பாடுஉன் கறுப்பு தெய்வத்தைக் கொண்
டாடு கள்ளுசுள்ளுடன் பூசைகள் போடு

இக்கூற்றுகளை வெறும் இலக்கிய வழக்கென்று ஒதுக்கி விடமுடியாது. தொடர்ச்சியாகத் தமிழ்ச் சமூக அமைப்பில் பின்பற்றப்பட்டு வந்த வழிபாட்டு மரபின் மறுபதிப்பாகவே இக்கூற்று இடம்பெறுகிறது. தெய்வங்களும் சமயநெறிகளும் கூட மேலோருக்கென்றும் கீழோருக்கென்றும் தனித்தனியாக அமைந்துள்ளன என்பதும் வெளிப்படையான ஒன்றாகும். இராமலிங்க அடிகளார்,

நலிதரு சிறிய தெய்வமென்றையோ
நாட்டிலே பலபெயர் நாட்டிப்
பலிதர ஆடு பன்றிகுக் குடங்கள்
பலிகடா முதலிய உயிரைப்
பொலிவுறக் கொண்டே போகவும் கண்டே
புந்திநொந் துளநடுக் குற்றேன்
கலியுறு சிறிய தெய்வவெங் கோயில்
கண்டகா லத்தலும் பயந்தேன்

என்று நாட்டார் தெய்வங்களையும் கோவில்களையும் கடிந்து ஒதுக்குகிறார்.

தொடக்ககாலத் தமிழ் நாவலாசிரியர்களுள் ஒருவரான அ. மாதவையா (1958: 89) தமது நாவலில்,

சர்வ வல்லமையுள்ள சர்வேசுவரன் ஒருவருண்டு. அவரே யாவரையும் படைத்தளிப்பவர் என்ற பொதுவான நம்பிக்கை ஒருபாலிருக்கத் தனி நடவடிக்கையில் அவரை முற்றும் மறந்து அல்லது அவர் பராக்கிரமத்தையும் கருணையையும் இகழ்ந்து சுடலைமாடன், கருப்பண்ணன், முனியாண்டி, மாரி முதலிய பைசாசங்களைக் கொண்டாடிப் பலி கொடுத்து மூட ஜனங்கள் வணங்குவது போல்

என்று கூறிச் செல்கிறார். கவிபாரதியும் "மாடனைக் காடனை வேடனைப் பற்றி மயங்கு மதியிலிகாள்" என்று பாடியுள்ளார். குன்றக்குடி அடிகளாரும் (1990: 35) "சிறு தெய்வ வழிபாட்டை

அறவே விலக்கல் வேண்டும்” என்று குறிப்பிட்டுள்ளார். தங்கள் வழிபாட்டுநெறிதான் உயர்ந்தது என்னும் மேட்டிமைச் சிந்தனையின் வெளிப்பாடாகவே இக்கூற்றுகள் அமைந்துள்ளன.

நாட்டார் தெய்வ வழிபாட்டின் முக்கியக் கூறுகள்

நாட்டார் தெய்வ வழிபாட்டில் உயிர்ப்பலி, சாமியாட்டம் என்னும் இரண்டு நிகழ்வுகளும் முக்கியமானவை. இவை இரண்டும் இல்லாமல் நாட்டார் தெய்வ விழாக்கள் நடைபெறுவதில்லை. இவை தவிரத் தென் மாவட்டங்களில் உள்ள பல அம்மன் கோயில்களில் மதுக்கொடை, மதுவூட்டு, என்னும் பெயர்களில் கோவிலில் மது தயாரித்து அம்மனுக்குப் படையலாகப் படைக்கும் வழக்கமும் உண்டு. மது, மாமிசம், என்ற இரண்டும் பிராமணிய சமயத்தில் விலக்கப்பட்ட பொருட்கள். ஆனால் நாட்டார் சமயம் இதற்கு நேர்மாறாக மதுவைக் கோயிலில் தயாரித்துப் படையல் பொருளாகப் படைப்பதுடன் அதைப் பக்தர்களுக்குப் பிரசாதப் பொருளாக வழங்குவதையும் அனுமதிக்கிறது. இவ்வாறே ஆடு, கோழி, பன்றி ஆகியன பலிப்பொருளாக அனுமதிக்கப்படுகின்றன.

சாமியாட்டம்

இவ்வாறு நாட்டார் சமயத்தின் முக்கியக் கூறாக அமையும் உயிர்ப்பலி, சாமியாட்டம் என்ற இரண்டினைக் குறித்தும் விரிவாக அறிந்துகொள்ளாவிடில் தமிழக நாட்டார் சமயத்தை முழுமையாகப் புரிந்துகொள்ள முடியாது. எனவே, இவை இரண்டைக் குறித்தும் சில செய்திகளைச் சற்று விரிவாகவே அறிந்துகொள்வது அவசியமாகிறது.

குறிப்பிட்ட தெய்வத்தின் ஆவி குறிப்பிட்ட மனிதன் மீது இறங்கும் என்னும் நம்பிக்கையை அடிப்படையாகக் கொண்டு உருப்பெற்றதே சாமியாட்டம் ஆகும். இதன்படி நாட்டார் கோவில் விழாக்களில் அக்கோவிலில் இடம்பெற்றுள்ள தெய்வம் ஒரு மனிதன் வாயிலாகத் தன்னை வழிபடுபவர்களுடன் உரையாடுகிறது. அம்மனிதன் ‘சாமியாடி’ என்றழைக்கப்படுகின்றான். அவனை அந்த நேரத்தில் தெய்வமாகவே கருதுகின்றனர். மக்கள் தங்கள் குறைகளை அவரிடம் சொல்லி அதற்குப் பரிகாரம் கேட்கின்றனர்.

இவ்வாறு தெய்வத்தின் ஆவி இறங்கியதாகக் கருதப்படுபவர்களை மனித உருப்பெற்ற தெய்வங்கள் என்று பிரேசர் என்கிற மானுடவியலாளர் குறிப்பிடுகிறார். இங்கு தெய்வமும் மனிதனும் உரையாடிக்கொள்கிறார்கள். இது நிறுவனச் சமயங்களான சைவ, வைணவத்தில் காணப்படாத ஒன்று. தகவல் தொடர்புமொழியில் சொன்னால் சிவன், விஷ்ணு கோவில்களில் பக்தனுக்கும், வழிபடும் தெய்வத்திற்குமான உறவு 'ட்ரங்கால்' போன்றது. அர்ச்சகர் என்ற எக்ஸ்சேஞ்சின் வாயிலாகத்தான் நாம் பேச முடியும். ஆனால், நாட்டார் சமயத்தில் வழிபடுபவனுக்கும் தெய்வத்திற்கும் இடையிலான உறவு எஸ்.டி.டி. போன்றது. சாமியாட்டத்தைச் சைவ, வைணவக் கோவில்களில் ஆதரிப்பதில்லை. 'அணங்காடு இளந்தெய்வம்' (தெய்வம் இறங்கி ஆடும் அற்பமான தெய்வம்) என்னும் திருவாய்மொழி இழிவாகக் குறிப்பிடும்.

உயிர்ப்பலி

தெய்வத்திற்குப் படைக்கும் உணவு 'பலி' என்று குறிப்பிடப்படும். இது சமைத்த உணவாகவும் இருக்கலாம் அல்லது சமைக்காத உணவாகவும் இருக்கலாம். எந்தத் தெய்வத்திற்குப் படைக்கப்படுகிறது என்பதற்கேற்பப் பலிப் பொருள் மாறுபடும். விலங்கு, பறவை ஆகியனவற்றைக் கொன்று படைப்பது உயிர்ப்பலி எனப்படும். இது மிகப் பழமையான பழக்கமாகும்.

தமிழின் பழமையான இலக்கியங்களாகிய சங்க இலக்கியங்களில் விலங்குகளைத் தெய்வங்களுக்குப் பலி கொடுத்தமை குறித்த செய்திகள் இடம் பெற்றுள்ளன. இன்று, சைவக் கடவுளாக விளங்கும் முருகனுக்குக்கூட ஆட்டைப் பலி கொடுத்து வணங்கியுள்ளார்கள். இதனைத் திருமுருகாற்றுப் படை (அடி 218) குறிப்பிடுகின்றது. ஆட்டினைப் பலி கொடுத்து அதன் இரத்தத்தைத் திணையரிசியோடு கலந்து அதைத் தூவி முருகனை வழிபட்ட காட்சியை அகநானூற்றுப் பாடல் 22 (அடி 10) சித்திரிக்கிறது. 'மறியறுத்து அன்னை அயரும் முருகு' என்று நற்றிணை (47, அடிகள் 9—10) குறிப்பிடுகிறது.

ஆடு மட்டுமின்றிப் பசுவையும் பலியிட்டு வணங்கிய செய்தியை, மழவர்கள் தெய்வம் உறையும் பருத்த

வேப்பமரத்தினடியில் கொழுப்பினை உடைய பசுவினைக் கொன்று அதன் இரத்தத்தைத் தூவி அதன் புலாலைப் புழுக்கி உண்டனர் என்று அகநானூறு (309: 2-6) கூறுகிறது. வேதங்களிலும் பசுவினைப் பலிகொடுத்து உண்டதைக் காலஞ்சென்ற ஜகத்குரு ஸ்ரீ காஞ்சி காமகோடி ஸ்ரீ சந்திரசேகரேந்திர சரஸ்வதி சங்கராச்சாரியார் தமது உரை ஒன்றில் குறிப்பிட்டுள்ளார். வேள்வியில் பசுவைக் கொல்வது தப்பில்லை என்பதை,

> **தர்மத்துக்காகச் செய்ய வேண்டியது, எப்படியிருந்தாலும் பண்ண வேண்டும், ஹிம்ஸையென்றும் பார்க்கக்கூடாது. யுத்தத்தில் சத்ருவதம் பண்ணுவதை ஸ்கல ராஜ நீதிப் புஸ்தகங்களும் ஒப்புக் கொள்ளவில்லையா? கொலைகாரனுக்குத் தூக்கு தண்டனையைச் சட்ட புஸ்தகமே விதிக்கிறதல்லவா? அப்படி லோகத்தில் பல பேருக்குரிய ஷேமத்தைத் தேவர்கள் செய்ய வேண்டுமென்ற உசந்த நோக்கத்தில் அவர்களுக்குப் பசு ஹோமம் பண்ணுவதிலும் தப்பேயில்லை.**
>
> **(தெய்வத்தின் குரல், இரண்டாம் பாகம்)**

இப்படிக்கூறும் சங்கராச்சாரியார் அதிக எண்ணிக்கையில் பசுக்களை யாகங்களில் பலி கொடுக்கவில்லை என்று கூறிவிட்டு எந்தெந்த யாகத்திற்கு எத்தனை பசுக்களைப் பலி கொடுக்க வேண்டும் என்பதையும் எந்த அளவு பசு மாமிசத்தை உண்ண வேண்டும் என்பதையும் பின்வருமாறு குறிப்பிட்டுள்ளார்.

> **பிராமணர்கள் செய்வதில் மிகவும் உயர்ந்ததான வாஜபேயத்துக்கும் 23 பசுக்களே கொல்லப்படுகின்றன. சக்ரவர்த்திகளே செய்கிற மிகப்பெரிய அச்வமேதத்துக்குக் கூட 100 பசுக்கள்தான் சொல்லியிருக்கிறது.**
>
> **மாம்ஸ போஜனத்தில் இருந்த ஆசையினாலேயே பிராமணர்கள் “தேவப்ரீதி” என்று கதை கட்டி, யாகம் பண்ணினார்கள் என்று சொல்வது ரொம்பவும் பிசகாகும். ஒரு பசுவின் இன்னின்ன அங்கத்திலிருந்து மட்டுமே இத்தனை அளவுதான் மாம்ஸம் எடுக்கலாம். அதில் இடவர்ணம் என்பதாக ரித்விக்குகள் இவ்வளவுதான் புஜிக்க வேண்டும் என்பதற்கெல்லாம் சட்டம் உண்டு. அது துவரம் பருப்பளவுக்குக் கொஞ்சம் அதிகம் தானிருக்கும். இதிலும் உப்போ, புளிப்போ, காரமோ, தித்திப்போ, சேர்க்காமல் ருசி பார்க்காமல் அப்படியே முழுங்கத்தான் வேண்டும்.**
>
> **(தெய்வத்தின் குரல், இரண்டாம் பாகம்)**

இவ்வாறு பலி கொடுத்ததன் தொடர்ச்சியாகவே இன்றும்

நாட்டார் தெய்வக் கோவில்களில் உயிர்ப்பலி தொடர்ந்து வருகிறது. சங்ககாலத்தில் ஆடுவெட்டிப் பூசைசெய்யப்பட்ட முருகன் காலப்போக்கில் சைவக்கடவுளாக மாற்றம் பெற்றவுடன் பலி கொடுத்தல் நிறுத்தப்பட்டுவிட்டது. ஆயினும் பலி கொடுக்கும் பழைய மரபின் எச்சமாக ஆடுகளும் சேவல்களும் முருகன் கோயில்களில் உயிருடன் காணிக்கையாகச் செலுத்தப்படுகின்றன. திருச்சி உறையூரில் உள்ள குழுமாயி அம்மன் திருவிழாவில், 'குட்டி குடித்தல் விழா' நிகழ்வன்று பலிகொடுக்கும் முதல் ஆட்டுக்குட்டி ஆங்கிலேயர் காலத்திலிருந்து அரசால் கொடுக்கப்பட்டு வருகிறது. இதைச் 'சர்க்கார் குட்டி' என்பர். இவ்விழாக்களில் அன்று அரசு அதிகாரிகள் கலந்துகொண்டு கோவில் மரியாதையைப் பெற்றுச் செல்வர்.

கொலையில் உதித்த தெய்வங்கள்

இந்த இடத்தில் நாட்டார் தெய்வங்களின் தோற்றம் குறித்த ஓர் உண்மையை நினைவில்கொள்ளுதல் அவசியம். பெரும்பாலான நாட்டார் தெய்வங்கள் கொலையில் உதித்த தெய்வங்களாகும். வாழும் காலத்தில் ஆதிக்கச் சக்தியினரால் அல்லது பகைவர்களால் கொலை செய்யப்பட்டவர்கள் தெய்வமாக வழிபடப்படுகின்றனர். முத்துப்பட்டன் (நெல்லை, குமரி மாவட்டங்கள்), மதுரை வீரன் (மதுரை, திண்டுக்கல் மாவட்டங்கள்), காத்தவராயன் (திருச்சி, தஞ்சை, தென்னார்க்காடு மாவட்டங்கள்) ஆகிய தெய்வங்கள் கொலையில் உருவான தெய்வங்கள்தான். இவை போன்றே ஒவ்வொரு வட்டாரத்திலும் கிராமங்களிலும் அடித்தள மக்கள் பிரிவைச் சார்ந்தவர்கள் கொலையுண்டு தெய்வமாகியுள்ளார்கள். இவர்கள் கொலையுண்டதற்கான காரணங்கள் வருமாறு:

1. நிலப்பிரபுத்துவம் மற்றும் அதிகார வர்க்கச் சாதியினரின் பகைமை.

2. பிறரின் பொறாமையுணர்வு.

3. மூடநம்பிக்கை (நரபலி போன்றவை).

4. குடும்பப் பிரச்சினைகள் (மண உறவு, சொத்துரிமை,

முறையற்ற பாலுறவு) தோற்றுவிக்கும் பகைமையுணர்வு.

5. நேரடியான போரில் ஈடுபட்டமை.
6. வாழ்க்கைப் பிரச்சினையால் சில தவறுகள் அல்லது குற்றங்களைப் புரிதல்.
7. கொள்ளையர், காமுகர் ஆகியோரிடமிருந்து பிறரைக் காக்கும் முயற்சியினை மேற்கொண்டமை.
8. சாதி மீறிய காதல்.

இவ்வாறு கொலையுண்டு தெய்வமானவர்கள் அடித்தள மக்கள் பிரிவைச் சார்ந்தவர்கள் என்பதால் அடித்தள மக்களின் உணவான இறைச்சி படையல் பொருளாகிறது. இவ்வாறு படைக்கப்படும் இறைச்சி உயிர்ப்பலியின் மூலமாகவே பெறப்படுகிறது. எனவே, நாட்டார் சமய வழிபாட்டில் இன்றியமையாத பகுதியாக உயிர்ப்பலி அமைகிறது. மேலும் ஒரு குறிப்பிட்ட தெய்வம் கொலையுண்ட முறைக்கும் அதற்கு உயிர்ப்பலி கொடுக்கும் முறைக்கும் நெருக்கமான தொடர்பு உண்டு. சான்றாகச் சில எடுத்துக்காட்டுகளைக் காண்போம்.

தூத்துக்குடி மாவட்டத்திலுள்ள புதுப்பட்டி என்ற கிராமத்தில் அம்மன் கோவில் ஒன்றுள்ளது. இவ்வம்மனைப் புதுப்பட்டி அம்மன் என்றும் முத்தம்மன் என்றும் அழைப்பார்கள். பங்குனி மாதம் இறுதிச் செவ்வாய் அன்று கோவில் கொடை விழா நிகழும். அப்பொழுது அங்கு நேர்த்திக்கடனாக விடப்படும் ஆடுகள் வெட்டிக் கொல்லப்படுவதில்லை. மாறாகக் கம்பால் அடித்தே கொல்லப்படும். இதற்குக் காரணம் குறும்பர் சாதியைச் சேர்ந்த பெண்ணொருத்தி, அவளது ஏழு சகோதரர்களால் கம்பால் அடித்துக் கொல்லப்பட்டாள். பின்னர் அவள் தெய்வமாக்கப்பட்டாள். இதனடிப்படையிலேயே அவள் அடித்துக் கொல்லப்பட்டது போன்றே அங்கு பலியிடப்படும் ஆடுகளும் அடித்துக் கொல்லப்படுகின்றன.

பூச்சியம்மன் என்ற பெண், சாதி மீறிக் காதலித்து உழக்குடி என்ற பகுதியில் தன் காதலனுடன் ஒளிந்து வாழ்ந்தாள். அவளைத் தேடி வந்த அவளது சகோதரர்கள் அவள் காதலனைக் குத்திக் கொன்றார்கள். பின் அவளை வீட்டிற்கு அழைக்க,

அவள் வர மறுத்தாள். ஆத்திரமுற்ற அவர்கள் அவளையும் குத்திக் கொன்றார்கள். ஐப்பசி மாதம் நிகழும் கொடையில் ஆட்டின் தலையைத் துண்டித்து வெட்டுவதற்குப் பதிலாக அதன் நெஞ்சுப் பகுதியில் கத்தியால் கீறிக் கொல்லுவர். இது 'நெஞ்சு கீறல்' எனப்படும். இதற்குக் காரணம் பூச்சியம்மனும் அவள் காதலனும் குத்திக் கொலை செய்யப்பட்டதுதான்.

சில நேரங்களில் கொலையுண்ட தெய்வம் உணவு உண்ட முறையை ஒட்டியே பலி கொடுத்தல் நிகழும். முத்துசாமி என்னும் இளைஞன் சாதி மீறிக் காதலித்து, நாலுவாசல் கோட்டை என்னும் ஊரிலுள்ள குளத்தின் உட்பகுதியிலிருந்த உடைமரக்காட்டில் தன் காதலியுடன் ஒளிந்திருந்தான். உணவுக்கு வழியின்றி அப்பகுதியில் மேய்ச்சலுக்காக வரும் ஆடுகளில் கொழுத்த ஆடு ஒன்றைப் பிடித்து நெருப்பில் சுட்டு உண்டு வந்தனர். அடிக்கடி ஆடுகள் காணாமல் போவது கண்ட ஆயர்கள் பதுங்கியிருந்து அவனைப் பிடித்துக் கொன்றனர். பின்னர் அவன் தெய்வமாக்கப்பட்டான். அவனுக்குப் பலி கொடுக்க ஆடு ஒன்றை எரியும் நெருப்பில் போடுவர். அவன் நெருப்பில் ஆட்டைச் சுட்டுச் சாப்பிட்டதன் நினைவாகவே இவ்வாறு செய்கின்றனர்.

சுத்த பூசை

சில நாட்டார் தெய்வங்களுக்கு அதை வழிபடும் மக்கள் சைவ உணவையே படையலாகப் படைக்கின்றனர். இதுவும் கூடக் கொலையுண்ட தெய்வங்களின் உணவுப் பழக்கத்துடன் (சாதியுடன்) தொடர்புடையதாகும். பஞ்ச காலத்தில் பிராமணப் பெண் ஒருத்தி பசியாலும் தாகத்தாலும் வருந்தி நடந்து வந்தபோது ஏழாயிரம் பண்ணை என்ற ஊரை அடுத்துள்ள சங்கர பாண்டியபுரம் என்னும் கிராமத்தை அடைந்தாள். தாகம் தீர்க்க முடியாத துயரத்தால் வருந்திய அவள் தன் நாக்கைப் பிடுங்கிக்கொண்டு உயிர் துறந்தாள். ஆண்டுதோறும் அவள் நினைவாக அவ்வூர் மக்கள் பானகம் (புளி, கருப்புக்கட்டி அல்லது வெல்லம் கலந்த நீர்) கரைத்து அதையே படையலாகப் படைத்து வழிபடுகிறார்கள்.

சிங்கத்தா குறிச்சி கிராமத்தில் ஈனமுத்து என்னும் புரத வண்ணார் சாதியைச் சேர்ந்த இளைஞன் பிராமணப்

பெண்ணைக் காதலித்தான். இதை அறிந்த பெண்ணின் தந்தை அவனைக் கொன்றுவிடுகிறார். அப்பிராமணப் பெண்ணும் இறந்து விடுகிறாள். கொடையின்போது ஈனமுத்துவிற்கு உயிர்ப்பலி கொடுக்கிறார்கள். அவன் காதலியான பிராமணப் பெண்ணிற்குச் சர்க்கரைப் பொங்கலைப் படையலாகப் படைக்கிறார்கள். உயிர்ப்பலி இடுவதில்லை.

மேற்கூறிய செய்திகளால் கொலையுண்டு தெய்வமானவரின் உணவுப் பழக்கத்திற்கேற்ப, படையல் பொருள்களை மக்கள் தேர்ந்தெடுத்துள்ளதை உணர்த்துகின்றன. அறுபத்து மூன்று நாயன்மார்களில் ஒருவரான கண்ணப்பர் தான் விரும்பி உண்ணும் சுவையான இறைச்சி உணவையே காளத்திநாதருக்குப் படைத்து வணங்கியதாகப் பெரிய புராணம் கூறும்.

அடித்தள மக்களின் உணர்வும் உயிர்ப்பலியும்

அடித்தள மக்கள் அனைவரும் உயிர்ப்பலி கொடுப்பதில்லை. ஊரவர்கள் சார்பாக ஓர் ஆடு தென் மாவட்டக் கோவில்களில் பெரும்பாலும் வெட்டப்படும். இது 'ஊர்க்கிடா' எனப்படும். அதன் இறைச்சி வரிதாரர் அனைவருக்கும் பகிர்ந்து கொடுக்கப்படும். கோவிலுக்கு நேர்ந்து கொண்டவர்கள்தான் பெரும்பாலும் ஆடு அல்லது கோழி பலி கொடுப்பார்கள். வளம் படைத்த ஒரு சிலர் மட்டுமே ஆண்டுதோறும் திருவிழாவில் பலி கொடுப்பர். பலி கொடுப்பதற்கான காரணங்களாக அமைவன வருமாறு:

சுகப்பிரசவம்
குழந்தையின் முதற் பிறந்தநாள்
திருமணமாக
தேர்வில் வெற்றிபெற
வேலை கிடைக்க
நோய் குணமாக்க
பயிர் வளம் சிறக்க
தொழிலில் ஆதாயம் கிடைக்க
வழக்கில் வெற்றிபெற
கால்நடைகள் நோய்த் தாக்குதலுக்கு ஆளாகாது பல்கிப் பெருக.

முற்கூறப்பட்ட காரணங்களுக்காகப் பலி கொடுப்பதாக நேர்ந்து கொள்பவர்கள் (வேண்டிக்கொள்பவர்கள்) கோவில் திருவிழாவிற்கு ஓராண்டு அல்லது ஆறு மாதத்திற்கு

முன்னதாகவே தாங்கள் வளர்க்கும் ஆடுகளில் நல்ல கிடாய் (ஆண் ஆடு) ஒன்றைத் தேர்ந்தெடுத்துக்கொள்வர். வீடுகளில் ஆடு இல்லாதவர்கள் திருவிழாவிற்குச் சில நாள்கள் அல்லது மாதங்களுக்கு முன்னால் விலைக்கு வாங்குவர். எவ்வாறாயினும் பலி இடுவதற்குப் பல மாதங்களுக்கு முன்னரே பலி கொடுப்பதாக வேண்டிக்கொள்வர்.

உயிர்ப்பலிக்கு எதிர்ப்பு

உயிர்ப்பலிக்கு எதிரான குரல் அவ்வப்பொழுது ஒலித்துள்ளது. யாகத்தில் பலியிடப் பசு ஒன்றைப் பிராமணர்கள் யாகச் சாலையில் கட்டி வைத்திருந்ததையும் அதன்மீது இரக்கம் கொண்ட ஆபுத்திரன் என்பவன் நள்ளிரவில் அதை அவிழ்த்து விட்டதையும் அதற்காக அவன் தந்தை உள்ளிட்ட பிராமணர்கள் அவனைப் புறக்கணித்ததையும் மணிமேகலை குறிப்பிடுகிறது.

வள்ளலார், மறைமலையடிகள், ஆறுமுக நாவலர் ஆகிய சைவ சமயவாதிகள் உயிர்ப் பலிக்கு எதிராகக் குரல் கொடுத்தனர். இலங்கையிலுள்ள நல்லூர் கந்தசாமி கோவில் தேர்த் திருவிழாவின்போது தேர்க்காலில் ஆடு வெட்டிப் பலி கொடுப்பதைத் தடுக்க ஆறுமுக நாவலர் பெரிதும் முயன்றார். இவர்கள் புலால் உணவு உண்ணாதவர்கள். அதனடிப்படையிலேயே தெய்வ வழிபாட்டில் உயிர்ப் பலியை நிறுத்த முயன்றனர். கூர்ந்து கவனித்தால் வழிபடும் மனிதர்களுடைய உணவுப் பழக்கங்களுக்கு ஏற்பவே தெய்வங்களுக்குப் படையல் படைத்துள்ளனர் என்பது தெரிய வரும். தமிழ்நாட்டில் பிராமணர் வேளாளர் ஆகிய இரு சாதியினரையும் தவிர்த்து ஏனைய சாதியினர் மிகப் பெரும்பாலானோர் இறைச்சி உணவு உண்பவர்கள். நாட்டார் தெய்வங்களை வணங்குபவர்களில் மிகப்பெரும்பாலானோர் இவர்கள்தாம்.

இந்து சமயத்தின் ஊடுருவல்

ஆர்.எஸ்.எஸ்.சின் ஓர் அங்கமான விஸ்வ இந்து பரிஷத், இந்துக்கள் என்ற ஒரு பொது அடையாளத்தின் கீழ் அனைவரையும் இணைக்கும் முயற்சியில் நீண்டகாலமாக

ஈடுபட்டு வருகிறது. நிறுவனமயமாக்கப்படாத ஆலயங்களில் பணிசெய்யும் பூசாரிகளுக்குப் பயிற்சியளிக்கும் செயலை இது மேற்கொண்டு வருகிறது. அத்துடன் ஆதிவாசிகள், தலித்துகள் ஆகியோரின் மதச்சடங்குகளை மாற்றியமைத்து ஒரே சீரான மதச்சடங்குகளை நடைமுறைப்படுத்தி வருகின்றார்கள் (தபன் பாசு, காக்கி உடையும் காவிக்கொடியும், பக்.83). தமிழ்நாட்டில் அத்தகைய பணியைக் கிராமக் கோவில் பூசாரிகள் பேரவை என்ற அமைப்புடன் இணைந்து செயல்படுத்துகின்றனர். நாட்டார் தெய்வக் கோவில்களில் திருவிளக்குப் பூசை நடத்துதல், ஆகம விதிமுறைக்குள் இதுவரை அடங்காதிருந்த கோவில்களில் வடமொழி, ஆகம முறைப்படி குடமுழுக்கு (கும்பாபிஷேகம்) நிகழ்த்துதல், நிறுவன சமயத் தெய்வங்களான முருகன், இலட்சுமி, சிவலிங்கம், பிள்ளையார் போன்ற தெய்வங்களின் உருவச்சிலையை நிறுவுதல், வடமொழி மந்திரங்களைக் கூறி வழிபாடுகளை நிகழ்த்துதல் ஆகிய செயல்களின் வாயிலாக நாட்டார் தெய்வ வழிபாட்டில் ஊடுருவி உள்ளனர். ஆயினும் இச்செயல்களின் மூலம் சைவ, வைணவக் கோயில்களுக்கும் நாட்டார் தெய்வக் கோவில்களுக்கும் இடையிலான வேறுபாட்டை முழுமையாக நீக்க முடியவில்லை. இரண்டு வழிபாட்டு முறைகளையும் இணைப்பதற்குச் சாமியாடலும் உயிர்ப்பலியும் தடையாக உள்ளன. அண்மைக் காலமாக உயிர்ப்பலியைத் தடுக்கும் முயற்சிகளில் மறைமுகமாக ஈடுபட்டனர்.

சிவலிங்கம் அல்லது முருகன் சிலை நிறுவப்பட்டதைக் காரணமாகக் காட்டி உயிர்ப்பலி இடுவதைத் தடுக்க வேண்டும் என்ற கருத்தைப் பிராமணப் பூசாரிகள் வாயிலாகவும், ஊர்ப் பெரியவர்கள் வாயிலாகவும் முன் வைத்தனர். நாட்டார் தெய்வக் கோயில்களில் உயிர்ப்பலி விரும்பாத தெய்வங்களுக்குத் திரையிட்டு மறைத்துவிட்டு உயிர்ப்பலி கொடுக்கும் வழக்கம் இருந்தமையால் புதிதாக உள்ளே நுழைந்த நிறுவனச் சமயத் தெய்வங்களைத் திரையிட்டு மறைத்துவிட்டு உயிர்ப்பலி கொடுத்தனர். சில இடங்களில் பலி கொடுக்கத் தடையாய் உள்ளது என்ற காரணத்திற்காகப் புதிதாக நிறுவப்பட்ட நிறுவனச் சமயத் தெய்வங்களை வெளியேற்றி விட்டனர்.

இவ்வாறு உயிர்ப்பலியைத் தடுக்கும் மறைமுக முயற்சி தோல்வியடைந்த நிலையில் 1950இல் வெளியான The Animals and Birds Sacrifices Prohibition Act 1950 (Madras Act.No/XXXII 1950) என்ற சட்டம் தீவிரமாக நடைமுறைப்படுத்தப்பட்டது.

உயிர்ப்பலிச் சட்டத்தின் அரசியல்

இன்று மதம் என்பது அரசியலோடு இணைக்கப்பட்டு விட்டது. வாக்கு வங்கி அரசியலில் எண்ணிக்கைக்கு முக்கிய இடமுள்ளது. இதனடிப்படையில் இந்துமத அடிப்படைவாதிகள் 'இந்து' என்னும் பொது அடையாளத்தின் கீழ் நாட்டிலுள்ள மக்களை ஒன்றுதிரட்டி இந்து வாக்கு வங்கியை உருவாக்கும் வகையில் நீண்ட காலமாக ஈடுபட்டு வருகின்றனர். தமிழ்நாட்டில் பெரும்பாலான மக்கள் சமய வாழ்வில் இரட்டைத் தன்மை உடையவர்களாகக் காணப்படுகிறார்கள். ஒரு பக்கம் சைவ அல்லது வைணவத் தெய்வங்களை வணங்குபவர்களாகவும் மற்றொரு பக்கம் தனித்துவமான நாட்டார் தெய்வங்களையும் குல தெய்வங்களையும் வணங்குபவர்களாகவும் விளங்குகின்றனர். அதாவது ஆகம நெறிக்கு உட்பட்ட சைவப் படையலுண்ணும் தெய்வங்களை வணங்குபவர்களாகவும் மற்றொரு பக்கம் ஆகமவிதிக்கு உட்படாத புலால் உணவுப் படையலுண்ணும் தெய்வங்களை வணங்குபவர்களாகவும் பெரும்பாலான தமிழர்களின் சமய வாழ்க்கை அமைந்துள்ளது. இத்தகைய இரட்டை நிலை,'இந்து' என்னும் ஒற்றை அடையாளத்தை வழங்குவதற்குத் தடையாக உள்ளது. இந்த இடர்ப்பாட்டைப் போக்கும் நிகழ்ச்சியாகவே கிராமக் கோவில்களின் பக்கம் இந்து முன்னணி, விஸ்வ இந்து பரிஷத் போன்ற அமைப்புகளும் காஞ்சி மடமும் கொஞ்ச காலமாகத் தம் கவனத்தைத் திருப்பியுள்ளன.

இதன் விளைவாகக் கிராமக் கோவில்களுக்குக் குடமுழுக்கு விழா நிகழத் தொடங்கியுள்ளது. இதனால் ஆகமவிதிமுறைக்குள் நாட்டார் தெய்வக் கோவில்கள் வருகின்றன. ஆயினும் அதன் பூசாரிகளாக அடித்தள மக்கள் பிரிவைச் சேர்ந்தவர்களே தொடர்ந்து இருந்து வருகின்றனர். இவர்களிடத்தில் பிராமணப் பூசாரிகளை நியமிப்பதற்கு உயிர்ப்பலி தடையாக உள்ளது. எனவேதான் 1996இல் சென்னையில் நடந்த கிராமக் கோவில் பூசாரிகளின் இரண்டாவது மாநாட்டில் காஞ்சிமடத்தின் மடாதிபதி ஜெயேந்திர சரசுவதி,

நமது கிராமக் கோவில்களிலே நாம் உட்கொள்ளும் உணவையே தெய்வத்துக்குப் படைத்து வழிபடுதல் வழக்கம். பழங்காலத்திலே பூசாரிகள் மதுக் குடிப்பார்கள். மாமிசம் சாப்பிடுவார்கள். அதனால் இவற்றைப் படைத்து வழிபாடு செய்வார்கள். இப்போது அவை குறைந்துவிட்டன. இன்றைய நிலைக்கு அது தேவையில்லை. மனிதனே கள் குடிக்கக்கூடாது என்று நாம் பிரச்சாரம் செய்துவரும் இன்றைய நிலையில் இறைவனுக்கு அதைப் படைப்பதைப் பூசாரிகள் தவிர்க்க வேண்டும். அதே போல் மாமிசம் படைப்பதையும் அறவே தவிர்த்துச் சுத்தமாகப் பூசை நடத்த வேண்டும்.

(தினமலர், நெல்லைப் பதிப்பு, 10.3.1996)

என்று பேசியுள்ளார். அவரது உரையைக் கூர்ந்து கவனித்தால் 'சுத்த பூசை' என்ற ஒன்றைக் கிராமக் கோவில்களில் புகுத்தவேண்டும் என்ற விருப்பம் இருப்பது புலப்படும். இன்றைய நடைமுறையில் அவர்கள் கூறும் சுத்த பூசையை நடத்துபவர்களாகப் பிராமணர், பட்டாச்சாரியார், சிவாச்சாரியார் ஆகிய குறைந்த விழுக்காட்டுச் சாதியினரே உள்ளனர். எண்ணிக்கையில் மிகுந்த நாட்டார் தெய்வக் கோவில்களில் தலித்துகள் உட்பட அனைத்துச் சாதியினரும் பூசாரிகளாக உள்ளனர். சுத்த பூசை என்பது நாட்டார் கோவில்களில் வலுக்கட்டாயமாகத் திணிக்கப்பட்டால் காலப்போக்கில் இவர்களிடத்தைப் பிராமணர்கள் பிடித்துக் கொள்வார்கள் என்பது உறுதி.

கேள்வி ஒன்றுக்குப் பதில் அளிக்கையில் ஆகம முறைப்படி கட்டப்பட்ட கோவிலில் ஆகமமுறைப்படிதான் பூஜை செய்ய வேண்டும் (ஜகத்குரு ஸ்ரீ ஜயேந்திரர் பதில்கள், பாகம்-2, பக். 109) என்று ஜெயேந்திரர் பதிலளித்துள்ளார். நாட்டார் தெய்வக் கோவில்களை ஆகம விதிமுறைக்குள் கொண்டு வந்தாலும் ஆண்டுக்கொரு முறையோ, இரு ஆண்டுக்கொரு முறையோ நிகழும் உயிர்ப்பலியைத் தடுத்து நிறுத்தாதவரை அது முழுமையான இந்துக் கோவிலாக விளங்க முடியாது. தற்போது விலங்கு உயிர்ப்பலித் தடுப்புச் சட்டத்தைத் தீவிரமாக நடைமுறைப்படுத்துவதன் வாயிலாக அவர்கள் எண்ணம் ஈடேறும் வாய்ப்பு அமைந்துவிட்டது.

இஸ்லாத்திலும் கிறித்துவத்திலும் இந்து சமயத்தைப் போன்றே சாதிய வேறுபாடுகள் உள்ளன. அதே நேரத்தில் தேவாலயத்திலும், பள்ளி வாசல்களிலும் பணிபுரியும் சமயப்

பணியாளர்களுக்குப் பயிற்சியளிப்பதிலும் அவர்களைச் சமயக் குருக்களாக ஏற்றுக்கொள்வதிலும் எவ்விதத் தடையும் இல்லை. 1980இல் மீனாட்சிபுரத்தில் இஸ்லாமியர்களாக மதம் மாறிய தேவேந்திர குல வேளாளர்கள் சிலர் அரபி மொழியைப் படித்துப் பள்ளிவாசலில் மௌல்வியாகப் பணிபுரிகின்றனர். சீர்திருத்தக் கிறித்தவச் சபையிலும் கத்தோலிக்கத் திருச்சபையிலும் தலித்துகள் தேவாலயத்தில் குருக்களாக மட்டுமின்றி பிஷப்புகளாகவும் பணியாற்றுகின்றனர். ஆனால், இந்து சமயக் கோவில்களில் மட்டுமே பார்ப்பனர்கள்தான் அர்ச்சகர்களாக, பூசகர்களாகப் பணிபுரிய வேண்டும் என்னும் நியதி வலியுறுத்தப்படுகிறது. வேதபாடசாலைகளில் மாணவர் சேர்க்கைக்கான விளம்பரங்களில் பிராமணர்கள் மட்டுமே விண்ணப்பிக்கவும் என்ற வாசகம் இடம் பெறுகிறது. அல்லது மாணவர்களின் பெயர், வயது ஆகியவற்றுடன் உபநயனம் செய்த ஆண்டு எந்த ஆண்டு என்பதைத் தெரிவிக்க வேண்டும் என்ற மறைமுகமான குறிப்பும் இடம்பெற்றுள்ளது.

1971இல் கருணாநிதி தமிழக முதலமைச்சராக இருந்தபோது அனைத்துச் சாதியினரும் அர்ச்சகர்களாகும் சட்டத்தைக் கொண்டுவந்தார். அதை எதிர்த்து வைணவ ஜீயர் ஒருவரும் காஞ்சி காமகோடி மடமும் பத்து அர்ச்சகர்களும் உயர் நீதிமன்றத்தில் வழக்கு தொடுத்தனர். வழக்கின் மேல் முறையீட்டை விசாரித்த உச்ச நீதிமன்ற நீதிபதி பகவதி, 'பிரம்ம புராணம்' என்னும் நூலை அடிப்படையாகக் கொண்டு தமிழக அரசின் சட்டம் செல்லாது என்று தீர்ப்பளித்தார். அவர் மேற்கோளாகக் கட்டிய இந்து தர்ம சாஸ்திரம் கூறும் செய்தி என்ன தெரியுமா?

எத்தகைய சூழலில் ஒரு கோவிலின் கருவறையில் உள்ள தெய்வத்தின் உருவச்சிலையை அப்புறப்படுத்திவிட்டுப் புதிதாக வடிக்கப்பட்ட சிலையை நிறுவ வேண்டும் என்று பிரம்ம புராணம் குறிப்பிட்டுள்ளது.

1. தெய்வத்தின் திருவுருவம் உடைந்து போதல்
2. தீ விபத்திற்கு ஆளாதல்
3. பிற தெய்வத்திற்குரிய மந்திரத்தைச் சொல்லி வழிபடுதல்

4. பீடத்திலிருந்து அகற்றப்படுதல்

5. கழுதை, நாய், பன்றி முதலான விலங்குகளால் தீண்டப்படுதல்

6. பிற சாதியினரால் தீண்டப்படுதல்

இதனடிப்படையில், "கோயில் பூசகர் தெய்வ வழிபாட்டில் எவ்வளவு வல்லவராயிருந்தாலுங்கூட ஆகமங்களின்படி குறித்த இனத்தைச் சேர்ந்தவராகத்தான் இருத்தல் வேண்டும். புனிதம் கெடலாகாது என்பது சமய உணர்வின் சாரம். ஆகவே ஆகமங்களின்படி அதிகாரமுடைய இனம் அல்லாத ஒருவர் திருவுருவத்தைத் தீண்டுவது முதலிய காரியங்களைச் செய்ய அரசு அனுமதிக்குமானால் அச்செயல் இந்துக்களின் சமய உணர்வில் தலையிடுவது ஆகும். ஆகவே அச்செய்கை அரசியலமைப்புச் சட்டத்தின் 25(1)ஆவது பிரிவின்படி வெளிப்படையாவே செல்லத்தகாதது ஆகும்."

இத்தீர்ப்பில் மேற்கோளாகக் காட்டப்படும் பிரம்ம புராணத்தின்படி நாய், கழுதை தீண்டுவதும் பிராமணர் அல்லாத சாதியினர் தீண்டுவதும் ஒன்றுதான். சுயமரியாதையுள்ள, சூடு, சொரணையுள்ள எந்தவொரு தமிழனும் இவ்வரிகளைப் படித்தால் ஆத்திரங்கொள்ளாமல் இருக்க முடியாது.

தற்போது கேரளத்தில் இருந்து தொடரப்பட்ட வழக்கில் அர்ச்சகராவதற்குச் சாதி தடையில்லை என்ற தீர்ப்பை உச்சநீதிமன்றம் வழங்கியுள்ளது. ஆனால் அதை நடைமுறைப்படுத்துவதற்குச் சட்டபூர்வமான வழிமுறைகள் தமிழகத்தில் எடுக்கப்படவில்லை. அதற்கு மாறாக ஏற்கெனவே நாட்டார் கோவில்களில் பூசை செய்யத் தொன்றுதொட்டு இருந்துவரும் உரிமை பறிபோகும் சூழல் உருவாகி வருகிறது. கூர்ந்து கவனித்தால் விலங்குகளைக் காப்பாற்றுவதற்காக என்று கொண்டு வரப்பட்ட இச்சட்டம் பன்முகத்தன்மை வாய்ந்த வழிபாட்டு முறைகளை அழித்துவிட்டு ஒரே முறையிலான வழிபாட்டுமுறை என்னும் ஒற்றை அடையாளத்தை வழங்குவதற்கு அறிந்தோ அறியாமலோ துணைபோகின்றதோ என்ற ஐயத்தைத் தோற்றுவிக்கிறது.

மேலும் தமிழகத்தைப் பொறுத்தளவில் உயிர்ப்பலி என்பது நாட்டார் தெய்வக் கோவில்களில் மட்டும் நிகழவில்லை. இஸ்லாமியர்களின் தர்க்காக்களிலும் நிகழ்கிறது. இஸ்லாமியர்கள் மட்டுமின்றி இந்துக்களும் தர்க்காக்களில் ஆடுவெட்டி அதன் இறைச்சியை அங்கேயே பொங்கிச் சாப்பிட்டுவிட்டுத் திரும்புகின்றனர். கத்தோலிக்கத்தில் குருசடிகளிலும் அந்தோணியார், செபஸ்தியார், அருளானந்தர் (பிரிட்டோ) போன்ற புனிதர்களின் பெயரால் அமைந்த திருத்தலங்களிலும் ஆடுவெட்டி அதன் இறைச்சியைச் சமைத்துத் தெரிந்தவர், தெரியாதவர் என்ற வேறுபாடின்றிப் பரிமாறி உண்கின்றனர். இதனை 'அசனம் கொடுத்தல்' என்பர். கத்தோலிக்க மறையின்படி இறுதி உயிர்ப்பலி யேசு. எனவே உயிர்ப்பலியை அச்சமயம் ஏற்றுக்கொள்ளவுமில்லை; ஆதரிக்கவுமில்லை. ஆயினும் தமிழ்நாட்டில் ஒடுக்குமுறைக்கு ஆளாகிவந்த அடித்தள மக்களே பெருந்திரளாக மதம் மாறிய நிலையில் நாட்டார் சமய வழிபாட்டின் முக்கிய அம்சமான உயிர்ப்பலியைக் கண்டும் காணாததுபோல் விட்டு விடுகிறது. அதே நேரத்தில் தேவாலய வளாகத்திற்குள் அது நிகழாமலும் பார்த்துக்கொள்கிறது.

சான்றாகத் தூத்துக்குடி மாவட்டத்திலுள்ள புனித அந்தோணியார் கோவிலுக்கு ஆடுபலி கொடுப்பதாக நேர்ச்சை செய்துகொண்டவர்கள் கோவில் வளாகத்திற்கு வெளியே உள்ள 'தீர்த்தக் கிணறு' என்னும் கிணற்றில் நேர்ச்சை ஆட்டை நீராட்டிய பின் ஆட்டுடன் தேவாலயத்தை மூன்று முறை வலம் வந்தபின்னர் அதை வெட்டுவர், ஆனால் அதன் இறைச்சியைத் தேவாலய எல்லைக்குள் கொண்டுவந்து அசனம் என்னும் விருந்துச் சடங்கை நிகழ்த்துவர்.

பிராணிகளைப் பலியிடக்கூடாது என்ற தமிழக அரசின் உத்தரவைப் பா.ஜ.க. முழுமையாக வரவேற்கிறது. ஆனால், இது அனைத்து மதத்தினருக்கும் பொதுவான சட்டமாக இதர மதத்தினரையும் கட்டுப்படுத்துவதாக இருக்கவேண்டும். பக்ரீத் பண்டிகையின்போது ஆடுகளைப் பலியிடுவார்கள். அதையும் அரசு தடைசெய்ய வேண்டும். (தினமணி மதுரை பதிப்பு, 03.09.2003) என்று பாரதீய ஜனதாக் கட்சித் தலைவர் இல. கணேசன் திண்டுக்கல்லில் பேசியுள்ளார்.

உண்மையில் பக்ரீத் பண்டிகையின்போது வளம் படைத்த இஸ்லாமியர்களின் வீடுகளில் மட்டும்தான் ஆடு பலி கொடுக்கப்படும். பள்ளிவாசலில் பலி கொடுப்பதில்லை. ஆனால் இல. கணேசன் வீடுகளில் பலி கொடுப்பதையும் தடுக்க வேண்டும் என்கிறார். தர்க்காக்களிலும் குருசடிகளிலும் கத்தோலிக்கப் புனிதர் பேரால் அமைந்த கத்தோலிக்கத் தேவாலயங்களிலும் நிகழும் உயிர்ப்பலியை 1950ஆம் ஆண்டுச் சட்டம் தடை செய்யவில்லை. தற்பொழுது இல. கணேசன் போன்றவர்களின் ஆலோசனையை ஏற்று அங்கும் இத்தடையைக் கொண்டு வந்தால் சிறுபான்மையினரின் வழிபாட்டு முறையில் தலையிட்டதாகும். தடுக்காவிட்டால் கிராமத் தெய்வக் கோவில்களில் தடை விதித்தது ஏன் என்ற கருத்து உருவாகும். தமிழக அரசு இதை எவ்வாறு எதிர்கொள்ளப்போகிறது?

தடைக்கு வரவேற்பும் எதிர்ப்பும்

விலங்குகளைப் பலிகொடுப்பதைத் தடைசெய்யும் அரசின் ஆணையை இந்தியக் கம்யூனிஸ்ட் கட்சி, மார்க்சிஸ்ட் கம்யூனிஸ்ட் கட்சி, மக்கள் கலை இலக்கியக் கழகம், விடுதலைச் சிறுத்தைகள், புதிய தமிழகம், காங்கிரஸ், தி.மு.க., ம.தி.மு.க., பாட்டாளி மக்கள் கட்சி ஆகிய அமைப்புகள் கண்டித்துள்ளன. இந்து முன்னணி, பா.ஜ.க., திராவிடர் கழகம் ஆகியன இச்சட்டத்தை வரவேற்றுள்ளன.

இந்து முன்னணித் தலைவர் இராமகோபாலன் “கோயில்களில் உள்ள சாமிகள் ஆடு கோழிகளைப் பலியிடும் படி கேட்கவில்லை” (தினமணி, மதுரைப் பதிப்பு, 07.09.2003) என்று கூறியுள்ளார். அப்படியானால் சைவ, வைணவக் கோவில்களில் உள்ள தெய்வங்கள் பால், பழம், சர்க்கரைப் பொங்கல், பன்னீர், சந்தனம், பட்டுப்புடவை, தங்க அணிகலன்கள் ஆகியனவற்றைக் கேட்கின்றனவா? என்று நாம் திருப்பிக் கேட்கலாம். அவரது கூற்றில் நாட்டார் தெய்வங்களை வணங்குவோரின் உணர்வுகளை மதிக்காத போக்கே காணப்படுகிறது.

திராவிடர் கழகச் செயலாளர் கி. வீரமணி, “காலங்காலமாக இருந்து வரும் பழக்க வழங்கங்களை மாற்றுவதுதான்

சீர்திருத்தம். மூட நம்பிக்கையில் திராவிடக் கலாச்சாரம், ஆரிய கலாச்சாரம் என்று வித்தியாசம் பார்க்கத் தேவையில்லை' *(தினமணி, மதுரைப் பதிப்பு, 18.9.2003)* என்று குறிப்பிட்டுள்ளார்.

"தத்துவங்களுக்குப் பின்னால் வர்க்கங்கள் மறைந்துள்ளன" என்றார் லெனின். இந்தியாவைப் பொறுத்தளவில் உருவாக்கப்படும் பல்வேறு சட்டங்களுக்குப் பின்னால் வர்க்கங்கள் மட்டுமின்றி வருணநலனும் மறைந்துள்ளன என்பதை அவர் அறியாதது வியப்பை அளிக்கிறது. மேலும், திராவிடக் கலாச்சாரத்தை ஒழித்துவரும் இந்து மத அடிப்படைவாதிகள் வரவேற்கும் ஒரு சட்டத்தைப் பகுத்தறிவுவாதம் பேசும் அவரும் வரவேற்பது ஒரு வேடிக்கையான அதே நேரத்தில் வேதனையான நிகழ்வுதான்.

நிறுவனச் சமயக் கோவில்களில் ஆகம விதி மீறல்

இவ்வாறு நாட்டார் தெய்வ வழிபாட்டு முறைகளை அழித்து ஆகம விதிமுறைகளுக்குள் அவற்றை அடக்க நினைப்பவர்கள் சைவ, வைணவக் கோவில்களில் ஆகம விதிகள் மீறப்படுவதைக் கண்டுகொள்வதில்லை. ஓய்வு பெற்ற உயர்நீதிமன்ற நீதிபதி எஸ். மகாராஜன் தலைமையில் தமிழ்நாட்டுத் திருக்கோயில்களில் அர்ச்சகர் நியமனமுறை பற்றி ஆராய்வதற்காக வல்லுநர் குழு ஒன்றை 1979இல் தமிழ்நாடு அரசு அமைத்தது. அக்குழுவின் அறிக்கை 1982ஆம் ஆண்டில் வெளியானது. அக்குழுவின் அறிக்கையில் இடம் பெற்றுள்ள ஆகம விதிமீறல் குறித்த செய்திகள் வருமாறு:

1. பூசகர் ஊதியம் பெறுவது கூடாது. அதனால் தேவலோகத்து தோஷம் வரும்; ஆலயத்தின் புனிதம் கெடும் என்று ஆகமங்கள் விதித்திருக்க (காரணாகமம், பூர்வபாகம், புண்ணியாபிஷேக விதிப்படலம், பக். 309) பெரும்பான்மையான பெருங்கோவில்களில்கூடப் பூசை செய்யும் பூசகர் மாதச் சம்பளமே பெற்று வருகிறார்.

2. மனைவியில்லாதவர் (அபத்நிகன்), பிரம்மச்சாரி ஆகியோர் நைமித்திகம் முதலான பூசை செய்யக்கூடாது என்பது ஆகம விதி. ஆனால் இவர்கள் இன்று பல கோவில்களில் நித்திய நைமித்திக பூசை ஆகிய இரண்டும் செய்கிறார்கள்.

3. சுமார்த்தப் பிராமணர் பூசை செய்யும்போது அவர்கள் வைதீகப் பூசை என்கிறார்கள். அதாவது தங்கள் போதாயன சூத்திரம், ஆபஸ்தம்ப சூத்திரம் ஆகியவற்றின்படி பூசைசெய்து வருவதாகச் சொல்கிறார்கள். அந்த இடங்களில் பிரதிட்டை முதலான கிரியைகள் ஆகமப்படி நடந்திருக்கும்போது இந்தச் சூத்திரங்களின்படி பூசைசெய்வது ஆகம விதிகளுக்கு மாறானது. இங்கெல்லாம் ஏதோ ஒரு காலத்தில் அரசியல் சூழ்நிலையில் ஏற்பட்ட தவறு, பழக்க வழக்கமாகியிருக்கிறது.

4. பொதுவாக எல்லாக் கோயில்களிலும் அக்னிமூலையில் மடைப்பள்ளி அமைந்திருக்கும். அங்கு சிவாச்சாரியாரே நிவேதனம் தயாரித்துக்கொண்டு வந்து நிவேதிக்க வேண்டும் என்பது ஆகமவிதி. ஆனால் இப்போது பெருங்கோயில்களில் மடைப்பள்ளியில் தீட்சைகூட இல்லாத ஒரு சுமார்த்தப் பரிசாரகர் என்ற பெயரில் அன்னம் சமைத்து வந்து நிவேதனமாகத் தருகிறார். இதைத்தான் சிவாச்சாரியார் பெற்று நிவேதிக்கிறார். முன்னமே காட்டியபடி ஐந்து பிரிவான சிவாச்சாரியர்களுள் பாசகர் என்ற பிரிவுக்குரிய சிவாச்சாரியார் நிவேதனம் தயாரிக்க வேண்டும்.

5. சில பெருங்கோயில்களில்கூட மடைப்பள்ளியிருந்தும் அங்கு சமைக்காமல் சிவாச்சாரியார் தம் வீட்டிலேயே சமைத்துக்கொண்டு வந்து நிவேதனம் செய்கிறார்.

ஆனால் இத்தகைய ஆகம விதிமீறல்கள் குறித்து நாட்டார் சமயத்தில் பேசுவதற்கு இடமில்லை. ஏனெனில் அவை ஆகமவிதிகள் என்றசட்டத்திற்குள் அடங்காதவை. வட்டாரத்திற்கு வட்டாரம் சாதிக்குச் சாதி தனித்துவமான வழிபாட்டு முறைகளை நாட்டார் சமயம் தன்னகத்தே கொண்டுள்ளது. அதுவே நாட்டார் சமயத்தின் தனிச்சிறப்பம்சமாகும். இதை 'இந்து' என்ற பொது அடையாளத்துக்குள் கொண்டுவரும் முயற்சிகளுள் ஒன்றாகவே விலங்கு உயிர்ப்பலியைத் தடை செய்வது அமைகிறது. எனவே இது வெறும் சட்டமாக மட்டும் அமையாமல் இந்துத்துவ அரசியலுக்குத் துணைபோகும் தன்மையிலும் அமைந்துள்ளது.

மனித மாண்புகளைச் சிதைக்கும் மனித உரிமைகளைப் பறிக்கும் சடங்குகளை மரபு என்ற பெயரால் அல்லது மண்ணின் பாரம்பரியம் என்ற பெயரால் ஆதரிக்க முடியாது. இதனால்தான்

உடன்கட்டை ஏறலும் குழந்தை மணமும் தீண்டாமையும் சட்டத்தின் வாயிலாகத் தடை செய்யப்பட்டன. இத்தடையை மரபு என்ற பெயரால் சனாதனிகள் மீறாது பார்த்துக்கொள்வது மனித நேயச் சிந்தனையாளர்களின் கடமை. அதே நேரத்தில் மூடநம்பிக்கை ஒழிப்பு என்ற பெயரால் மக்களின் பாரம்பரிய உணர்வுகளையும் நம்பிக்கைகளையும் ஓர் ஆணையின் மூலம் பறிப்பது ஏற்றுக்கொள்ளத்தக்கது அல்ல.

உண்மையான கல்வியும் நிகழ்கால வாழ்வுக்கான உத்திரவாதமும் எதிர்காலம் குறித்த அச்சமின்மையும் அடித்தள மக்களிடம் சென்றடைந்தால் அவர்களாகவே பல்வேறு காலத்துக்கொவ்வா மரபுகளிலிருந்து தம்மை விடுவித்துக்கொள்வர். ஆனால் கல்வியை வணிகமயமாக்கிவிட்டு உயிராதாரமான தண்ணீரைப் பன்னாட்டு நிறுவனங்களுக்குத் தாரை வார்த்துவிட்டு வேலைவாய்ப்பைக் குறைத்துவிட்டுத் தொழிற்சங்க உரிமையை மறுத்துவிட்டு மக்களின் சமய நம்பிக்கையைச் சட்டத்தின் மூலம் தடுப்பது உண்மையான சீர்திருத்தமாகாது.

சில வினாக்களுக்கு விடை தேவை

1. பிராணிகளுக்கு இழைக்கப்படும் கொடுமையைத் தவிர்க்கும் வழிமுறையாகத்தான் உயிர்ப்பலித் தடுப்புச்சட்டம் நடைமுறைப்படுத்தப்பட்டுள்ளது என்றால் கோவில்களில் நிகழும் உயிர்ப்பலிகளைவிட அதிக அளவில் இறைச்சிக் கடைகளில் நிகழும் உயிர்ப் பலியைத் தடுக்க முன்வராதது ஏன்?

2. அடித்தள மக்களுக்கு உரிமையான கோவில்களில் முருகன், இராமர், லெட்சுமி போன்ற தெய்வங்களின் சிலைகள் வைக்கப்படுகின்றன. இதுபோன்று ஆகமவிதிகளின்படி அமைந்துள்ள சைவ, வைணவக் கோவில்களின் உள்ளே சுடலைமாடன், காத்தவராயன், மதுரைவீரன், பத்திரகாளி, இசக்கியம்மன், குழுமாயி, கருப்பசாமி போன்ற நாட்டார் தெய்வங்களுக்குக் கோவிலின் உள்ளே இடம் தருவார்களா?

3. கிராமக் கோவில் பூசாரிகளுக்குச் சமஸ்கிருத மந்திரங்கள் கற்றுக்கொடுக்கப்படுகின்றன. அவர்களைச் சிவன், விஷ்ணு கோவில்களில் அர்ச்சனை செய்ய அனுமதிப்பார்களா?

4. சிவன் கோவிலில் வில்வ இலையும் பெருமாள் கோவிலில் துளசியும் பிரசாதப் பொருளாக வழங்கப்படுகின்றன. கோவில்களில் படைக்கப்படும் நைவேத்தியங்களிலும் வேறுபாடுகள் உள்ளன. நாட்டார் தெய்வக்கோவில்களில் உயிர்ப்பலியை நிறுத்தி படையல் பொருளில் மாறுதல் செய்தது போல் சிவன் கோவிலில் துளசியும் பெருமாள் கோவிலில் வில்வ இலையும் பிரசாதப் பொருளாகக் கொடுப்பார்களா?

5. உலகில் ஒரே 'இந்து ராஷ்டிரமான' நேபாளத்தின் மன்னர் இராமேஸ்வரம் கோயிலின் கருவறையில் நுழைந்து பூசை செய்யும் உரிமை பெற்றவர். அண்மையில் அவர் இந்தியா வந்தபோது வட இந்தியாவில் உயிர்ப்பலி கொடுத்துப் பூசை செய்துள்ளார். இதன் அடிப்படையில் அவர் இராமேஸ்வரம் கோயில் கருவறையில் நுழையக்கூடாது என்பீர்களா?

◆

அர்ச்சகரும் சாதியும்

தமிழ்நாட்டின் சைவ வைணவக் கோவில்களின் அர்ச்சகர்கள் பரம்பரை அடிப்படையிலேயே நியமிக்கப்பட்டு வருகின்றனர். இங்கு பரம்பரை என்பது குடும்பப் பரம்பரையை மட்டுமின்றிச் சாதியப் பரம்பரையையும் சார்ந்தே நிற்கிறது. தாழ்த்தப்பட்ட மற்றும் பிற்படுத்தப்பட்ட சாதியினரின் முன்னேற்றம் குறித்து ஆய்வு செய்யக் குழு ஒன்று 1969ஆம் ஆண்டில் நியமிக்கப்பட்டது. இக்குழுவின் பரிந்துரைகளில் தேவையான கல்வித் தகுதி உடையவர்களுக்குப் பயிற்சி அளித்து அவர்களில் தகுதியானவரைக் கோவில் அர்ச்சகராக நியமிக்கலாம் என்பதும் ஒன்று.

இதை ஏற்றுக்கொண்ட அன்றைய தி.மு.க. அரசு அதை நிறைவேற்றும் வகையில் 1971ஆம் ஆண்டில் சட்டத்திருத்தம் ஒன்றைக் கொண்டு வந்தது. இத்திருத்தத்தின்படி பரம்பரை என்ற பெயரில் குறிப்பிட்ட சாதியினரே அர்ச்சகராகவும் பூசகராகவும் வருவதற்கு முற்றுப்புள்ளி வைக்கப்பட்டது.

இம்முற்போக்கான சட்டத்திருத்தத்தை எதிர்த்துப் பத்து அர்ச்சகர்களும் இரண்டு மடாதிபதிகளும் உச்சநீதிமன்றத்தில் ரிட் மனு தாக்கல் செய்தனர். இம்மனுக்களைத் தள்ளுபடி செய்து தீர்ப்பளித்த உச்ச நீதிமன்றம் தன் தீர்ப்பின் இறுதியில்,

புனிதம் கெடுவதற்கான காரணங்கள் பிரம்ம புராணத்தில் உள்ளன. அவை, திருவுருவம் உடைதல், தூளாகப் போதல், தீப்படுதல், ஆதாரப்பீடத்திலிருந்து அகற்றப்படுதல், கழுதை முதலான பிராணிகள் தீண்டுதல், பிற தெய்வ மந்திரங்களால் வழிபடுதல், ஜாதி பிரஷ்டர் தொடுதல் ஆகியவை. இக் கருத்துக்களெல்லாம் சமய நடைமுறைக்குரியவை. அன்றியும் ஏனையோர் எவ்வளவு உயர்ந்த சமூக நிலையில் ஆச்சாரியாராகவோ மடாதிபதியாகவோ

இருந்தாலும் வேறு பிராமணராக இருந்தாலும், திருவுருவத்தைத் தீண்டவோ பூசை செய்யவோ கருவறைக்குள் செல்லவோ அருகதையுடையவர் அல்லர். இது சைவம் வைணவம் இரண்டுக்கும் பொது விதி. கோயில் பூசகர் தெய்வ வழிபாட்டில் எவ்வளவு வல்லவராய் இருந்தாலும்கூட ஆகமங்களின்படி குறித்த இனத்தைச் சேர்ந்தவராகத்தான் இருத்தல் வேண்டும். புனிதம் கெடலாகாது என்பது சமய உணர்வின் சாரம். ஆகவே ஆகமங்களின்படி அதிகாரமுடைய இனம் அல்லாத ஒருவர், திருவுருவத்தைத் தீண்டுவது முதலிய காரியங்கள் செய்ய அரசு அனுமதிக்குமானால் அச்செயல் இந்துக்களின் சமய உணர்வில் தலையிடுவது ஆகும். ஆகவே அச்செய்கை அரசியலமைப்புச் சட்டத்தின் 25(1) ஆவது பிரிவின்படி வெளிப்படையாகவே செல்லத்தகாதது ஆகும்.

என்று குறிப்பிட்டது. பூசைசெய்ய விதிக்கப்பட்ட சாதியினர் தவிர ஏனைய சாதியினர் கருவறையில் உள்ள சிலையைத் தொடுவதும் கழுதை முதலான பிராணிகள் தொடுவதும் ஒன்றுதான் என்ற பிரம்மபுராணக் கருத்தை உச்ச நீதிமன்றமே ஏற்றுக்கொண்டுவிட்டது. இதனால் தமிழ்நாட்டு அரசின் சட்டத்திருத்தத்தை நடைமுறைப்படுத்த முடியாமல் போய்விட்டது. (ஏறத்தாழ ஓராண்டுக்கு முன்னர் கேரளத்தில் தலித்துகள் அர்ச்சகர்களாகப் பணியாற்றுவதற்கு ஆதரவாக உச்சநீதிமன்றம் தீர்ப்பளித்துள்ளது.)

இத்தகைய சூழலில் 1971இல் அனைத்துச் சாதியினரும் அர்ச்சகராகப் பணிபுரியலாம் என்ற சட்டத்திருத்தத்தைக் கொண்டு வந்த தி.மு.க. அரசு தற்போது 2007ஆம் ஆண்டு மீண்டும் அனைத்துச் சாதியினரும் அர்ச்சகராகும் முடிவை நிறைவேற்றத் துணிந்துள்ளது.

இதனடிப்படையில் திருவள்ளூர் மாவட்டம் பேரம்பாக்கத்தில் உள்ள நரசிம்ம சுவாமி கோயிலில் பிராமணர் அல்லாத இருவரை அர்ச்சகராக நியமித்து உத்தரவிட்டுள்ளது. நாளொன்றுக்குப் பதினைந்து ரூபாய் ஊதியத்தில் நியமிக்கப்பட்ட இவ்விருவரின் நியமனத்தை எதிர்த்து ஸ்ரீலட்சுமி நரசிம்ம சுவாமி சேவா சபா அறக்கட்டளையின் நிர்வாக அறங்காவலர் எஸ்.எஸ். நந்தகோபால் வழக்கு தொடர்ந்துள்ளார்.

ஒரு சிறு சமூக மாற்றத்தைக்கூட இவர்களால் தாங்கிக் கொள்ள முடியவில்லை. அரசுத் தரப்பில் வாதாடியுள்ள வழக்கறிஞர், இரு அர்ச்சகர்களை நியமிக்கும் உத்தரவை

அறநிலையத் துறை நிறுத்திவைத்திருப்பதாக நீதிமன்றத்தில் குறிப்பிட்டுள்ளார்.

ஓய்வு பெற்ற உயர் நீதிமன்ற நீதிபதி எஸ். மகாராஜன் தலைமையில் தமிழ்நாட்டுத் திருக்கோயில்களில் அர்ச்சகர் நியமனமுறை பற்றி ஆராய்வதற்காக வல்லுநர் குழு ஒன்றை 1979ஆம் ஆண்டில் தமிழ்நாடு அரசு நியமித்தது. இக்குழுவின் அறிக்கை 1982ஆம் ஆண்டில் வெளியாகியுள்ளது.

இக்குழுவின் அறிக்கையில் 'சிவாச்சாரியாரும் சுமார்த்தப் பிராமணரும்' என்னும் தலைப்பில் குறிப்பிட்டுள்ள செய்திகள் வருமாறு:

> **சிவாச்சாரியர் அல்லது சிவத்துவிஜர் அல்லது ஆதிசைவர் என்போர் சுமார்த்தப் பிராமணர் அல்லர். அவர்கள் சிவப்பிராமணர் என்று ஆகமங்களில் சொல்லப்பட்டுள்ளது. ஆதி சைவராகிய சிவப்பிராமணர்கள் அனாதி சைவர் என்று சொல்லப்பட்ட சிவபெருமானுடைய ஐந்து முகங்களிலிருந்து தோன்றி, சிவப்பிரானையே வழிபடுகிறவர் என்றும் சுமார்த்தப் பிராமணர் பிரம்மாவினுடைய நான்கு முகங்களிலிருந்து தோன்றி, பிரம்மத்தையே வழிபடுகிறவர்கள் என்றும் சிவ சிருஷ்டியின்பாற்பட்ட சிவப்பிராமணர் அல்லாமல் பிரம்மசிருஷ்டியில் தோன்றிய சுமார்த்தப்பிராமணர் சிவாலயங்களில் பூசை செய்யத் தகுதியற்றவர்கள் என்றும் ஆகமங்களில் தெளிவாகச் சொல்லப்பட்டுள்ளது. எனவே, சிவாலயங்களில் பரார்த்த பூசை ஆதிசைவர்களாகிய சிவாச்சாரியார் தவிர, இதர பிராமணர் செய்யக்கூடாது**

என ஆகமங்களில் விதிக்கப்பட்டுள்ளதாகக் குறிப்பிட்டுள்ளதுடன் ஏனையோர் அர்ச்சகராகப் பணியாற்றினால் அரசனுக்கும் அவனால் காக்கப்படும் நாட்டிற்கும் உடனே கேடு சூழும் என்று 'காமிகாமம்' கூறுவதாகவும் குறிப்பிடப்பட்டுள்ளது.

மேலும் மகாராஜன் அறிக்கையில் சைவ, வைணவ ஆலயங்களில் எவ்வாறு ஆகம விதிகள் மீறப்பட்டிருக்கின்றன என்று குறிப்பிடப்பட்டுள்ளது. அவற்றுள் சில வருமாறு:

> **ஆகமத்தில் ஆச்சாரிய லட்சணம் என்பதாகச் சொல்லப்பட்ட தகுதிகளுக்கு உட்பட்டு, சிவாலயங்களில் சிவாச்சாரியார்களும் வைணவ ஆலயங்களில் பட்டாச்சாரியார்களும் பூசை செய்ய வேண்டும் என்பது வடமொழி ஆகமவிதி.**
>
> **அன்றியும் சிறப்பான பல சிவாலயங்களில் சிவாச்சாரியார்**

அல்லாத சுமார்த்த பிராமணர் பூசை நடைபெறுகிறது. உதாரணம் சிதம்பரம், இராமேஸ்வரம், திருவிழிமிழலை, கன்னியாகுமரி, திருவானைக்காவல், திருச்செந்தூர். ஆதலால், சிவாச்சாரியார் மட்டுமே பூசை செய்ய வேண்டும் என்ற விதிக்கு மாறானநிலை தொன்றுதொட்டே இருந்து வருகிறது.

கருவறைக்குள் சிவாச்சாரியார் அல்லாத பிறர் புகுந்தாலும் திருவுருவத்தைத் தொட்டாலும் மூர்த்தியின் புனிதம் கெட்டுவிடும் என்று ஆகமங்களில் சொல்லப்பட்டுள்ளது. இதற்கு மாறாகப் பல கோயில்களில் பணிகள் நடைபெறுகின்றன. தொன்மையான பல சிவாலயங்களில் சுமார்த்தப் பிராமணர், அபிடேக தீர்த்தம் செய்தல், நைவேத்தியப் பாகம் செய்து கருவறைக்குள் கொண்டுவந்து தருதல், கருவறைக்குள் திருவிளக்கு இடுதல், முதலான பணிகளைச் செய்கிறார். இவ்வளவும் ஆகம விதிகளுக்கு மாறானவை.

பூசகர் ஊதியம் பெறுவது கூடாது. அதனால் தேவலோகத்து தோஷம் வரும். ஆலயத்தின் புனிதம் கெடும் என்று ஆகமங்கள் விதித்திருக்க (காரணாணமம், பூர்வபாகம், புண்ணியாபிஷேக விதிப்படலம், பக்கம் 309) பெரும்பான்மையான பெருங்கோயில்களில்கூட பூசை செய்யும் பூசகர் மாதச் சம்பளமே பெற்று வருகிறார்.

மனைவியில்லாதவர் (அபத்நிகன்) பிரம்மச்சாரி ஆகியோர் நைமித்திகம் முதலான பூசை செய்யக்கூடாது என்பது ஆகம விதி. ஆனால் இவர்களும் இன்னும் பல முரணான உடல் குறைபாடு உடையவர்களும் பூசை செய்கிறார்கள். சுமார்த்தப் பிராமணர் பூசை செய்யும்போது அவர்கள் வைதீகப் பூசை என்கிறார்கள். அதாவது அவர்கள் போதாயன சூத்திரம், ஆபஸ்தம்ப சூத்திரம் ஆகியவற்றின்படி பூசை செய்துவருகிறார்கள். அந்த இடங்களில் பிரதிட்டை முதலான கிரியைகள் ஆகமப்படி நடந்திருக்கும்போது இந்தச் சூத்திரங்களின்படி பூசை செய்வது ஆகம விதிகளுக்கு மாறு. இங்கெல்லாம் ஏதோ ஒரு காலத்தில் அரசியல் சூழ்நிலையில் ஏற்பட்ட தவறு பழக்கவழக்கமாயிருக்கிறது.

பொதுவாக எல்லாக் கோயில்களிலும் அக்னி மூலையில் மடைப்பள்ளி அமைந்திருக்கும். அங்கு, சிவாச்சாரியாரே நிவேதனம் தயாரித்துக்கொண்டு வந்து நிவேதிக்க வேண்டும் என்பது ஆகமவிதி. ஆனால் இப்போது பெருங்கோவில்களில் மடைப்பள்ளியில் தீட்சைகூட இல்லாத ஒரு சுமார்த்தப் பிராமணர், பரிசாரகர் என்ற பெயரில் அன்னம் சமைத்து வந்து நிவேதனமாகத் தருகிறார். இதைத்தான் சிவாச்சாரியார் பெற்று நிவேதிக்கிறார். முன்னமே காட்டியபடி ஐந்து பிரிவான சிவாச்சாரியர்களுள் பாசகர் என்ற பிரிவுக்குரிய சிவாச்சாரியார் நிவேதனம் தயாரிக்க வேண்டும்.

சில பெருங்கோவில்களில்கூட மடைப்பள்ளியிருந்தும் அங்கு சமைக்காமல் சிவாச்சாரியார் தம் வீட்டிலேயே சமைத்துக் கொண்டு வந்து நிவேதனம் செய்கிறார்.

மேற்கூறிய செய்திகள் அடிப்படையில் நோக்கினால் நடைமுறையில் ஆகம மீறல்கள் சைவ, வைணவக் கோவில்களில் உள்ளமை வெளிப்படுகிறது.

இந்து சமய அறநிலைய ஆணையம் மத்திய அரசிடம் வழங்கிய அறிக்கையில் (1960-62) சர். சி.பி. இராமசாமி ஐயர், அர்ச்சகர்கள் குறித்துக் குறிப்பிட்டுள்ள கருத்து வருமாறு:

அர்ச்சகர்களும் பூசாரிகளும் எழுத்து வாசனையற்றவர்கள் அல்லது அரைகுறைப் படிப்பேயுள்ளவர்கள். அன்றியும் இவர்கள் பொதுவாகப் பணம் பறிக்கும் நோக்கமே கொண்டிருந்தார்கள். மந்திரங்களை இவர்கள் உச்சரிக்கின்ற முறையும் சுரந்தவறிச் சொல்லும் முறையும் கேட்போர் மனதில் பிழைபடவும் விருப்பம் உண்டாக்காமலும் இருந்தன.

ஆனால், இத்தகைய ஆகம மீறல்களினால் ஆதாயம் பெறுவோர், இவற்றை மட்டும் கண்டுகொள்வதில்லை. ஏனெனில், இவர்கள் உண்மையிலேயே ஆகமவிதிமுறைகள் பற்றிக் கவலைப்படவில்லை. வருணதர்மம் பற்றியே கவலைப்படுகிறார்கள். இதை வெளிப்படையாகச் சொல்லாமல் ஆகமவிதிகளுக்குப் பின்னால் மறைந்துகொள்கிறார்கள்.

தமிழ்நாட்டின் மொத்த மக்கள் தொகையில் ஒரு பெரும்பிரிவினரான தலித் மக்களை ஆகம விதிகளைக் காரணம் காட்டியே ஆலயத்திற்குள் நுழைய அனுமதிக்காதிருந்தார்கள். ஆனால், சட்டத்திருத்தத்தின் மூலம் இத்தடை நீக்கப்பட்டது போல் அனைத்துச் சாதியினரும் அர்ச்சகராவதற்கு இடையூறாகவுள்ள தடைகள் சட்டத்தின் துணையுடன் நீக்கப்பட வேண்டும். இதற்கு முற்போக்குச் சக்திகள் குரல் கொடுக்கவேண்டும்.

◆

சித்தர்கள்: மீறலே மரபாய்

எந்தவொரு சமூகமும் தனக்கெனச் சில மரபுகளைப் பாரம்பரியமாகக் கொண்டிருக்கும். மரபு என்பதில் பழக்க வழக்கங்கள், நம்பிக்கைகள், சடங்குகள், தகவுகள் (மதிப்புகள்), நடத்தை விதிகள், மரபுசார் சட்டங்கள் (customery Laws), நெறிமுறைகள் (Norms) ஆகியன அடங்கும். இவையனைத்தும் ஒரு தலைமுறையிலிருந்து மற்றொரு தலைமுறைக்குப் பெரும்பாலும் நினைவுகளின் வாயிலாக வழங்கப்படுகின்றன.

பண்பாட்டின் வளர்ச்சிப் போக்குடன் இணைந்து நிற்கும் போது முற்போக்கானதாகவும் கடந்தகால எச்சங்களுடன் இணைந்து நிற்கும்போது பிற்போக்கானதாகவும் மரபு விளங்கும் (Forolov.I,1984: 427).

எனவே, மரபு என்று கூறும்போது அது முற்போக்கானதா? என்பதை முடிவு செய்வதவசியம். ஏனெனில், மரபு என்னும் பெயரில் அனைத்தையும் புனிதமானதாகப் போற்றிப் பாதுகாப்பது சமூக வளர்ச்சிக்குப் பொருந்தாத ஒன்று. ஒரு சமூகத்தின் வளர்ச்சிக்கு ஏற்ப மரபுகள் மாறும் தன்மையன. என்றாலும் சமூகத்தில் ஆதிக்கம் செலுத்துவோர் தம் ஆதிக்கத்திற்குத் துணைபுரியும் என்றால் பழைய மரபுகள் தொடர்வதையே வலியுறுத்துவர். அதனை மீறவிடாது பார்த்துக்கொள்வர். தம் ஆதிக்கத்திற்கு உதவுமென்றால் மரபுகளில் ஏற்படும் மாறுதல்களை ஏற்றுக்கொள்வர். எனவே, மரபுகளுக்குப் பின்னால் ஆதிக்க அரசியல் மறைந்துள்ளது. ஆதிக்க அரசியல் எதிர்ப்பு என்பது, மேட்டிமையோர் போற்றிப் பேணும் மரபுகளுக்கு எதிரானதாகவே அமையும் இந்தியச் சமூக வரலாற்றில் மரபு தொடர்பாகப் பின்வரும் மூன்று நிலைகள் இருந்துள்ளன.

(அ) மாற்றுக் கருத்து (Dissent)

(ஆ) எதிர்ப்பு (Protest)

(இ) சீர்திருத்தம் (Reform)

இவை மூன்றும் ஒரு சமூகத்தின் மரபுகளை மாற்றியமைப்பதிலும் அழிப்பதிலும் புதிதாக உருவாக்குவதிலும் துணை நின்றுள்ளன. ஒரு சமூகத்தில் நீண்டகாலமாகப் பேணப்படும் மரபுகள் தம் நலனுக்கு எதிரானவை என்று அடித்தள மக்கள் அல்லது அம்மரபுகளினால் பாதிக்கப்படுவோர் கருதத் தொடங்கும்போது மாற்றுக்கருத்து உருவாகிறது. சமூக நிலையைப் பொறுத்து மாற்றுக்கருத்து வளர்ச்சியடைந்து எதிர்ப்பாக வெளிப்படும். சாதகமான சூழல் உருப்பெறவில்லை என்றால் மாற்றுக்கருத்தாகவே தொடரும்.

மாற்றுக்கருத்து எதிர்ப்பாக வெளிப்படும்போது எதிர்ப்பாளர்களுடன் சமரசஞ் செய்துகொள்ளும் வழிமுறையாக ஆள்வோரும் அவர்களைச் சார்ந்து நிற்கும் மேட்டிமையோரும் சில சீர்திருத்தங்களை அறிமுகப்படுத்துவர் அல்லது அடக்குமுறையை ஏவுவர். எனவே, ஒரு சமூகத்தில் சமூக மாறுதல்களுக்கான தூண்டுகோலாக மரபு மீறலும் அதையொட்டி நிகழும் மக்கள் எழுச்சியும் காரணமாக அமைகின்றன. மக்கள் எழுச்சியானது அமைப்பு சார்ந்தும் திட்டவட்டமான கோட்பாடுகள் சார்ந்தும் வெளிப்படாவிட்டால் வெறும் கலகமாக மட்டுமே மடிந்து போகும்.

தமிழ்ச் சமூக வரலாற்றில் மரபு மீறுவதை நோக்கமாகக் கொண்டு, குரல் எழுப்பியவர்களுள் சித்தர்கள் முக்கிய இடத்தைப் பெறுகின்றனர். இவர்கள் அனைவரும் இறை நம்பிக்கை உடையவர்கள். என்றாலும் அந்த எல்லைக்குள் நின்றுகொண்டே சமூக வளர்ச்சிக்குத் தடைக்கல்லாக இருந்த பல மரபுகளுக்கு எதிராக உரக்கக் குரல் எழுப்பியுள்ளனர். சித்தர்களைப் பொறுத்தளவில் செல்லரித்துப்போன மரபுகளை மீறுவதை அல்லது எதிர்ப்பதை ஒரு மரபாகக் கொண்டிருந்தனர். இச்செயல்தான் ஏனைய சமயவாதிகளிடமிருந்து அவர்களை வேறுபடுத்திக்காட்டுகின்றது. அவர்களது மரபுமீறியச் செயல்களாக;

(அ) சாதிய எதிர்ப்பு

(ஆ) சமயச் சடங்குகள் எதிர்ப்பு

(இ) வடமொழி எதிர்ப்பு

ஆகியன அமைகின்றன. சித்தர்கள் அனைவரும் ஒரே காலத்தில் வாழ்ந்தவர்களல்லர் என்றாலும் பெரும்பாலான சித்தர்களிடம் மேற்கூறிய மரபுமீறல்கள் காணப்படுகின்றன. இதன் அடிப்படையில் மரபுமீறலையே மரபாகக் கொண்டவர்கள் என்று இவர்களை அழைப்பது பொருத்தமானதாகும்.

சாதிய எதிர்ப்பு

சங்க இலக்கியங்களில் மேற்போக்காகக் குறிப்பிடப்பட்ட நாற்குலமானது, தமிழ்நாட்டில் வேதநெறி தழைத்தோங்கிய பின்னர் இறுக்கமான சாதிய முறையாக வளர்ச்சியுற்றது. சோழர் காலத்தில் இவ்வளர்ச்சி உச்சக்கட்டத்தை அடைந்தது. பின்னர், தமிழர்தம் மரபில் ஒன்றாக இடம் பெற்றுவிட்டது. சைவ, வைணவ எழுச்சியின்போது ஒடுக்கப்பட்டோரையும் சூத்திரரையும் தன் வட்டத்துக்குள் அவை இணைத்துக் கொண்டாலும் ஆழ்வார்களும் நாயன்மார்களும் சாதிய அடையாளத்திலிருந்து விடுபடவில்லை. ஆனால் சித்தர்கள் சாதியத்துக்கெதிராக மிக வெளிப்படையாகக் குரல் எழுப்பியுள்ளனர்.

> சாதி ஆவது ஏதடா? சலந்திரண்ட நீரலோ
> பூதவாசல் ஒன்றல்லோ, பூதம் ஐந்தும் ஒன்றலோ
> காதில் வாளி, காரை, கம்பி, பாடகம், பொன் ஒன்றலோ?
> சாதி பேதம் ஓதுகின்ற தன்மை என்ன தன்மையே?
>
> (சிவவாக்கியர், 45)

> சாதி பேதங்கள் சொல்லுகிறீர் தெய்வம்
> தானென் றொருவுடல் பேத முண்டோ?
> ஓதிய பாலதி லொன்றாகி யதிலே
> உற்பத்தி நெய்தயிர் மோராச்சு
>
> (கொங்கணச் சித்தர்)

என்ற கேள்வியை எழுப்பிவிட்டுச் சாதிமீறிய திருமணம் குறித்தும் சில கேள்விகளை எழுப்பியுள்ளனர்.

> மேதி யோடும் ஆவுமே விரும்பி யேபு ணர்ந்திடில்
> சாதிபேதமாய் உருத்தரிக்கும் ஆறு போலவே
> வேதம் ஓதுவானுடன் புலைச்சி சென்று மேவிடில்

பேதமாய்ப் பிறக்கிலாத வாறதென்ன பேசுமே?		(சிவவாக்கியர், 459)

பாம்பாட்டிச் சித்தர் "சாதிப் பிரிவினிலே தீயை மூட்டுவோம்" என்று கூற, கொங்கணச்சித்தர்

சாதிபேதங்கள் சொல்லுகிறீர் தெய்வம்
தானென் றொருவுடல் பேதமுண்டோ?		(86)

என்று வினவுகிறார்.

ஆதி கபிலர் சொன்ன ஆகமத்தின் சொல்படியே
சாதிவகை இல்லாமல் சஞ்சரிப்பது எக்காலம்?
(மெய்ஞானப் புலம்பல், 126)

என்கிறார் பத்ரகிரியார். ஒரு குறிப்பிட்ட சமூகத்தில் ஆதிக்கம் செலுத்தும் மேட்டிமையோர்கள் தமக்கெனச் சில அடையாளங்களைக் கொண்டிருப்பர். அடித்தள மக்களிலிருந்து தம்மை வேறுபடுத்திக் காட்டிக்கொள்ள இவ்வடையாளங்களை அவர்கள் பயன்படுத்துவர். தமிழ்ச் சமூகத்தின் சாதியப் பிரமிடின் உச்சியாக விளங்கிய பிராமணர்கள் பூணூல், குடுமி ஆகியனவற்றைத் தமது அடையாளங்களாகக் கொண்டிருந்தனர்.

தமக்கெனச் சில தனித்துவமான பண்பாட்டு அடையாளங்களை உருவாக்கிக்கொள்ளும் மேட்டிமையோர் அதைப் பிறர் பயன்படுத்த அனுமதிப்பதில்லை. அடித்தள மக்கள் நிகழ்த்தும் பண்பாட்டு அடையாளப் போராட்டங்களில் இரண்டு வழிமுறைகளில் இதை எதிர்த்துள்ளார்கள். முதலாவதாக மேட்டிமையோர்க்குரிய பண்பாட்டு அடையாளங்களைத் தாமும் பயன்படுத்தத் தொடங்குவது. பஞ்சினால் திரித்த பூணூலை அணிவது பிராமணர்களுக்கு மட்டுமே உரியது என்று மனுதர்ம சாஸ்திரம் கூறும். எனவே, ஏனையோர் இதை அணிவது என்பது மரபு மீறலாகும். வட இந்தியாவில் குறிப்பாகப் பீகாரில் வாழும் யாதவர்கள், பூமிகார் பிராமணர்களுடன் நேரடியாக முரண்பட்டபோது, அவர்கள் வெளிப்படையாகப் பூணூல் அணியத் தொடங்கினர். இது எம்.என். சீனிவாஸ் என்ற சமூகவியலாளர் கருத்தின்படி மேல்நிலையாக்கம் ஆகும். ஆனால், உயரிய சடங்குகளுடன் தொடர்புடைய பிராமணர்கள் அணியும் பூணூலை அணிவதன் மூலம் தாம் பிராமணர்களுக்குச் சமமானவர்கள் என்பதை வெளிப்படுத்தும் முயற்சிதான் இது என்று ராவ் (1977: 60) குறிப்பிடுகிறார். இது போன்றே தமிழ்நாட்டில் வாணிபத்தில் ஈடுபட்ட விருதுநகர் வட்டார நாடார்கள் பூணூல் அணிந்து

பிராமணர்களுக்குத் தாம் எவ்விதத்திலும் குறைந்தவர்கள் இல்லை என்பதை வெளிப்படுத்தினர். இரண்டாவது வழிமுறை மேட்டிமையோருக்குரிய தனித்துவ அடையாளங்களைப் பகடி செய்வதும் அதைக் கேலிப்பொருளாக்குவதும். சித்தர்கள் இந்த வழிமுறையைப் பின்பற்றிப் பிராமணர்களின் குடுமியையும் பூணூலையும் பகடி செய்துள்ளனர்.

சமயச் சடங்குகள் எதிர்ப்பு

பல்லவர் கால நிலவுடைமை அமைப்பில் கோவில் என்பது ஒரு நிறுவனமாக உருப்பெற்று, சோழர் காலத்தில் அது மிகப்பெரும் நிறுவனமாக வளர்ச்சி பெற்றது. ‘தேவதானம் ‘என்னும் பெயரில் வளமான நிலங்களையும் கிராமங்களையும் தானமாகப் பெற்ற சைவ வைணக் கோயில்கள் ஒரு பொருளாதார நிறுவனமாக விளங்கின. வடமொழி ஆகமங்களின் அடிப்படையில் இக்கோயில்கள் உருவாக்கப்பட்டன.

தவிர்க்க இயலாத ஓர் அமைப்பாகத் தமிழ்ச் சமூகத்தில் கோவில் விளங்கியதால்தான் பிற்கால ஔவையார் ‘கோயிலில்லா ஊரில் குடியிருக்க வேண்டாம்’ என்று குழந்தைகளுக்குப் போதித்தார். ஆனால் சித்தர்கள் கோயிலென்ற அமைப்பையும் வழிபாட்டிற்காக அதில் நிறுவப்பட்ட சிலைகளையும் அவற்றை மையமாகக்கொண்டு நிகழும் சடங்குகளையும் வெறுத்தொதுக்கினர். இதற்குச் சான்றாகப் பின்வரும் சித்தர் பாடல்களைக் குறிப்பிடலாம்.

தாவாரம் இல்லை தனக்கொரு வீடில்லை
தேவாரம் ஏதுக்கடி குதம்பாய்
தேவாரம் ஏதுக்கடி? (குதம்பைச் சித்தர்)

ஓசை உள்ள கல்லைநீர் உடைத்து இரண்டாய்ச் செய்துமே
வாச லில்ப தித்தகல்லை மழுங்க வேமி திக்கிறீர்,
பூச னைக்கு வைத்தகல்லில் பூவும் நீரும் சாத்துறீர்
ஈச னுக்குகந்த கல் எந்தக் கல்லு சொல்லுமே? (சிவவாக்கியர், 421)

உளியிட்ட கல்லும் உருப்பிடித்த செஞ்சாந்தும்
புளியிட்ட செம்பும் பொருளாவது எக்காலம்?
(பத்திரகிரியாரின் மெய்ஞானப் புலம்பல், 17)

நட்ட கல்லைத் தெய்வம்என்று நாலு புட்பம் சாத்தியே

சுற்றி வந்து முணுமுணென்று சொல்லு மந்திரம் ஏதடா?
நட்ட கல்லும் பேசுமோ நாதன் உள்ளி ருக்கையில்
சுட்ட சட்டி சட்டுவம் கறிச்சுவை அறியுமோ? (சிவவாக்கியர், 496)

ஊரி லுள்ள மனிதர்காள் ஒருமன தாய்க் கூடியே,
தேரி லேவ டத்தைவிட்டுச் செம்பை வைத்து இழுக்கிறீர்
ஆரி னாலும் அறியொ ணாத ஆதி சித்த நாதரைப்
போதையான மனிதர் பண்ணும் பிரளிபாரும் பாருமே.
(சிவவாக்கியர், 237)

மாறு பட்ட மணிதுலக்கி வண்டின் எச்சில் கொண்டுபோய்
ஊறு பட்ட கல்லின்மீதே ஊற்று கின்ற மூடரே
மாறு பட்ட தேவரும் அறிந்து நோக்கும் என்னையும்
கூறு பட்டுத் தீர்க்கவோ குருக்கள் பாதம் வைத்ததே (சிவவாக்கியர், 82)

நீராடல் என்பதுங்கூடச் சமயத்துடன் இணைக்கப்பட்டது. உடலிலுள்ள அழுக்குகளை மட்டுமின்றித் தாம் செய்த பாவங்களையும்கூட அவை போக்கிவிடும் என்னும் நம்பிக்கை மக்கள் மனதில் நிலைபெற்றது. இதனால், சில நீர்நிலைகள் 'புண்ணிய தீர்த்தங்கள்' என்று பெயர்பெற்றன. இவற்றையெல்லாம் பகடிசெய்து சித்தர்கள் பாடியுள்ளனர்.

நாறுமீனைப் பலதரம் நல்ல தண்ணீரால்
நாளும் கழுவினும் அதன் நாற்றம் போமோ?
கூறும் உடல் பலநதி யாடிக்கொண்டதால்
கொண்டமலம் நீங்காதென்று ஆடு பாம்பே! (பாம்பாட்டிச் சித்தர்)

கயத்துநீர் இறைக்குறீர் கைகள் சோர்ந்து நிற்பதேன்?
மனத்துள் ஈரம் ஒன்றில்லாத மதிஇலாத மாந்தர்காள்,
அகத்துள் ஈரம் கொண்டுநீர் அழுக்கறுக்க வல்லிரேல்
நினைத்தி ருந்த சோதியும் நீயும் நானும் ஒன்றலோ? (சிவவாக்கியர், 276)

காலை மாலை நீரிலே முழுகும் அந்த மூடர்காள்
காலை மாலை நீரிலே கிடந்த தேரை ஏன்பெறும்?
காலமே எழுந்திருந்து கண்கள் மூன்றில் ஒன்றினால்
மூலமே நினைப்பிராகில் முத்தி சித்தி யாகுமே. (சிவவாக்கியர், 127)

வடமொழி எதிர்ப்பு

சமயச்சடங்குகளுடன் நெருக்கமான தொடர்புடையனவாக வடமொழி வேதங்கள் அமைந்தன. அவை புனிதமானவை என்ற கருத்து மக்கள் மனத்தில் பதிய வைக்கப்பட்டு, புனிதமானவற்றை ஓதுவோரும் புனிதமானவர்கள் என்னும் கருத்தாக வளர்ச்சியடைந்தது. முறையாக வேதம் ஓதப்படும் நாடு செழிக்கும் என்ற நம்பிக்கை உருவாக்கப்பட்டது. 'வாழ்க அந்தணர்' என்பது சம்பந்தர் தேவாரம், ஆனால் வேதங்கள்

வாயிலாக இறைவனை அடையலாம் என்பதைச் சித்தர்கள் ஏற்றுக்கொள்ளவில்லை. இதன் அடிப்படையில் வேதத்தின் மேலாண்மையை எதிர்த்துக் குரல் கொடுத்துள்ளனர்.

தத்துவக் குப்பையைத் தள்ளுங்கடி வேத
சாத்திரப் பொத்தலை மூடுங்கடி
முத்தி தருஞான வத்துவை வாவென்று
மூட்டிக் கும்மியடியுங்கடி   (வாலைச் சித்தர்)

சாம நாலு வேதமும் சகல சாத்தி ரங்களும்
சேம மாக ஓதிலும் சிவனை நீவிர் அறிகிலீர்,
காம நோயை விட்டுநீர் கருத்தினுள்ளே உணர்ந்தபின்
ஊமை யான காயமாய் உள்ளிருப்பன் ஈசனே   (சிவவாக்கியர், 18)

சித்தர்கள் இல்லறவாசிகளா துறவிகளா என்பதில் தெளிவில்லை. ஆயினும் அவர்களில் குதம்பைச் சித்தர், பாம்பாட்டிச் சித்தர் போன்றோரைத் தவிர, ஏனைய சித்தர்களின் பாடல்களில் பெண்களை வெறுத்தொதுக்கும் மனப்பாங்கு காணப்படவில்லை என்பதற்குப் பின்வரும் பாடல்கள் சான்றாகின்றன.

மண்ணு மில்லாமலே விண்ணுமில்லை கொஞ்சம்
வாசமில் லாமலே பூவுமில்லை
பெண்ணு மில்லாமலே ஆணுமில் லையிது
பேணிப் பாரடி வாலைப் பெண்ணே
                    (கொங்கணச் சித்தர் வாலைக்கும்மி, 72)

மாதாவாய் வந்தே அமுதந்தந் தாள்மனை
யாட்டியாய் வந்து சுகங்கொடுத்தாள்
ஆதரவாகிய தங்கையானாள் நமக்
காசைக் கொழுந்தியு மாமியானாள்
                    (கொங்கணச் சித்தர் வாலைக்கும்மி, 65)

முத்திநெறியின் ஒரு வழிமுறையாகப் பெண்களைத் துறத்தலை அவர்கள் வலியுறுத்தவில்லை என்பதையே மேற்கூறிய பாடல்கள் வாயிலாக அறிய முடிகிறது.

துறவறம் என்ற பெயரால் போலி வேடதாரிகளாக விளங்கும் துறவிகளைக் கடுமையாகக் கண்டிக்கவும் சித்தர்கள் தயங்கவில்லை. எந்தவொரு சமயத்திலும் துறவிகளுக்கு முக்கிய இடமுண்டு. சராசரி மனிதனிடம் இருந்து தன்னை வேறுபடுத்திக் காட்டும் வகையில் அவர்களது பழக்க வழக்கங்களும் நடை உடை பாவனங்களும் அமைந்திருக்கும். சைவ, வைணவ

சமயங்களும் இத்தகைய துறவிகளைக் கொண்டிருந்தன. நீண்ட சடை முடியுடனோ, மழுங்கச் சிரைத்த தலையுடனோ காட்சிதரும் இவர்கள் காவி நிற உடையை உடுத்தியிருப்பர். உத்திராட்சம் அணிந்து தண்டுக்கோலும் கமண்டலமும் ஏந்திய கையராய், இல்லற வாழ்வைத் துறந்து வாழ்வது இவர்களது வாழ்க்கைமுறையாக அமையும். ஆயினும் இவ்வேடந்தாங்கி அறமல்லாச் செய்கைகள் மேற்கொள்வோர் வள்ளுவர் காலத்திலேயே வாழ்ந்துள்ளனர். இதனால்தான்

மனத்தது மாசாக மாண்டார்நீர் ஆடி
மறைந்தொழுகும் மாந்தர் பலர் (278)

மழித்தலும் நீட்டலும் வேண்டா உலகம்
பழித்த தொழித்து விடின் (280)

என்னும் குறட்பாக்கள் திருக்குறளில் இடம்பெற்றுள்ளன.

சித்தர்கள் சற்றுக் கடுமையாகவே தம் கருத்துக்களைப் பாடலாக வடித்துள்ளனர்.

காவியும் சடைமுடி கமலண்டங்கள் ஆசனம்
தாவுருத்தி ராட்சம் யோகத் தண்டு கொண்ட மாடுகள்
தேவியை அலையவிட்டுத் தேசம் எங்கும் சுற்றியே
பாவியென்ன வீடெலாம் பருக்கை கேட்டு அலைவரே.

கள்ள வேடம் புனையாதே பல
கங்கையிலேயுன் கடம் நனையாதே;
கொள்ளை கொள்ள நினையாதே, நட்பு
கொண்டு புரிந்து நீகோள் முனையாதே

(கடுவெளிச் சித்தர், 33)

போற்றுஞ் சடங்கை நண்ணாதே உன்னைப்
புகழ்ந்து பலரிற் புகலவொண்ணாதே;
சாற்று முன் வாழ்வையெண்ணாதே பிறர்
தாழும்படிக்கு நீ தாழ்வைப் பண்ணாதே

(கடுவெளிச் சித்தர், 28)

பூசையது செய்வமென்று கூட்டங் கூடிப்
புத்திக்கெட்டுக் கைம்முறையின் போக்கை விட்டுப்
பாசையது மிகப்பேசிப் பாட்டும் பாடிப்
படிப்பார்கள் மந்திரத்தின் பயனைக் காணார்

ஆசையிலே பெண்ணாசை மயக்கத் தாலே
அங்கிருந்த வாமத்தைப் பங்கு போட்டுப்
பேசையிலே மனம் வேறாய் நினைப்பான் பாவி
புரட்டுருட்டாய் நினைவுதப்பிப் பேசு வானே (கருவூர்ச் சித்தர், 17)

சித்தர்களின் இக்கருத்துகள் இன்றைய தமிழ்ச் சமூகத்திற்கும் தேவையான ஒன்று என்பதில் ஐயமில்லை.

கள்ளுண்டு தள்ளுண்டு நில்லாதே பின்பு
கஞ்சா உறக்கமுங் கொள்ளாதே
கற்ப நிலையறிந்து எண்ணாமல் வெறிக்
கஞ்சா உண்டு விழிப்பார்கள்

(மதுரை வாலைச்சாமி ஞானக்கும்மி)

ஆசை கொண்டு அனுதினமும் அன்னியர் பொருளினை
மோசம் செய்து அபகரிக்க முற்றிலும் அலைபவர்
பூசையோடு நேம நிட்டைபூரிக்கச் செய் பாதகர்
காசினியில் ஏழுநரகைக் காத்திருப்பது உண்மையே

(சிவவாக்கியர், 536)

புகலுவார் வேதமெல்லாம் வந்த தென்று
பொய்பேசிச் சாத்திரங்கள் மிகவுங் கற்றே
அகலுவார் பெண்ணாசை விட்டோ மென்றே
அறிவுகெட்டே ஊர்தோறுஞ் சுற்றிச் சுற்றிச்

சகலமுமே வந்தவர்போல் வேடம் பூண்டு
சடைமுடியுங் காசாயந் தன்னைச் சாற்றி
இகலுமன மடங்காமல் நினைவு வேறாய்
எண்ணமெலாம் பெண்ணாசை பூசைதானே **(கருவூர்ச் சித்தர், 16)**

இவ்வாறு தம் காலத்திய மேட்டிமையோர்கள் போற்றிப் பாதுகாத்த மரபுகளுக்கு எதிராகக் குரல் கொடுத்ததன் வாயிலாக மரபு மீறியவர்களாக, மீறத் தூண்டுபவர்களாகச் சித்தர்கள் விளங்குகின்றனர். மரபுக்கெதிரான எதிர்க்குரலை இவர்கள் எழுப்பியுள்ளனர். மரபுகளை மீறுவது சித்தர்களின் மரபாக விளங்கியதால் சித்தர்கள் புறக்கணிப்புக்காளாகினர். 'ஞானக் கிறுக்குப் பிடித்து விடும்' என்று கூறி சித்தர்களின் பாடல்களைப் பயில்வதைத் தடுத்தனர். நால்வருணத்திற்கு வெளியில் 'பஞ்சமர்கள்' என்ற பெயரில் ஒதுக்கிவைக்கப்பட்ட மக்களைப் போன்று சைவர்களின் பார்வையில் சித்தர்கள் இடம் பெற்றார்கள்.

'திருநான்மறை விளக்க ஆராய்ச்சி' என்ற நூலில் சித்தர்களைக் குறித்துப் பின்வரும் பதிவு இடம் பெற்றுள்ளதாகக் கைலாசபதி *(189, 190)* குறிப்பிடுகிறார்.

இதுகாறும் சைவ சாத்திர வரிசையிலேயே இடம் பெறாத பஞ்சம நிலையிலே நிற்கும் சித்தர் நூல்,

"சைவ சமயத்தைத் தாபித்து உபகரித்த சைவ சமயக் குரவர்கள் கற்பித்த வழியைக் கைப்பிடித்து ஒழுகும் சைவ மக்களும் சித்தர் நூலை நோக்கவும் இசைவாரா? ஒருகாலும் இசையார்"

ஆயினும் இத்தகைய தடைகளை மீறிச் சித்தர்கள் தமிழ்க் கருத்துலகில் நிலைத்து நிற்கின்றனர்.

இன்று, இந்து சமயம் என்ற ஒரே அடையாளத்திற்குள் இருக்கும் சைவமும் வைணவமும் ஒன்றையொன்று பரம எதிரிகளாகப் பாவித்துப் பல நூற்றாண்டுகளாக மோதியுள்ளன. இது குறித்துக் கல்வெட்டுச் சான்றுகளும் நூற்சான்றுகளும் வாய்மொழிச் சான்றுகளும் உள்ளன. ஆனால், சிவவாக்கியர் சிவனையும் திருமாலையும் ஒன்றாக நோக்குகிறார்.

இடத்துஉன் கண் சந்திரன், வலத்தது உன்கண் சூரியன்,
இடக்கை சங்கு சக்கரம் வலக்கை சூலம் மான்மழு
எடுத்த பாத நீள்முடி, எண்தி சைக்கும் அப்புறம்,
உடற்கலந்து நின்ற மாயம் யாவர் காண வல்லரோ? (சிவவாக்கியர், 52)

நாழிஉப்பும் நாழி அப்பும் நாழியான வாறுபோல்
ஆழியோனும் ஈசனும் அமர்ந்து வாழ்ந்தி ருந்திடும்
ஏறில் ஏறும் இறையையும் இயங்கு சக்ரதரனையும்
வேறு கூறு பேசுவார் வீழ்வர் வீணில்நரகிலே. (சிவவாக்கியர், 53)

தில்லை நாயகன் அவன், திருவரங்கனும் அவன்,
எல்லையான புவனமும் ஏக முத்தி யும்மவன்
பல்லும் நாவும் உள்ளபேர் பகுந்து கூறி மகிழுவார்,
வல்ல பங்கள் பேசுவார் வாய்ப்பு ழுத்து மாய்வரே. (சிவவாக்கியர், 54)

இதைச் சைவர்களும் வைணவர்களும் விரும்பார். ஆனால் சிவவாக்கியரோ சிவனையும் திருமாலையும் தனித் தனியாக நோக்கும் சைவம், வைணவம் என்னும் சமய மரபுகளை மீறி ஒரே கடவுளாக நோக்குகிறார். இதுவும் கூட ஒருவகையில் மரபு மீறல்தான்.

சித்தர்கள் பின்பற்றிய மரபு மீறல் இன்றும் தொடர்கிறது. அயோத்திதாசர், பெரியார் ஆகியோரது உரைகளிலும் எழுத்துகளிலும் மரபுமீறலையே மரபாய்க் கொண்ட சித்தர்களின் தாக்கம் இடம்பெற்றுள்ளது. இதன் தொடர்ச்சியே பல புதிய சிந்தனையாளர்களை உருவாக்கி வருகிறது. தங்கவேல் லோகாயதர் என்பவர் உலோகாயதம் குறித்துப் பாடியுள்ள பின்வரும் பாடல்களும் மரபு மீறலை வெளிப்படுத்தியுள்ளன.

ஆன்மீக வாதம் ஒரு செத்த பிணங்காண் - வேத
ஆகமங்கள் யாவும் புற்று நோயின் ரணங்காண்
ஆன்மா என்பதும் பொய்யின் கற்பனை - வெறும்
ஆத்திகம் என்பது தன்னல விற்பனை.

வேதாந்தம் என்பது வெறும் வெத்து வேட்டு - வேத
வியாக்கியானம் எல்லாமே பொருந்தாத பூட்டு
நாதாந்தம் என்பதும் பொய்ப்புனை சுருட்டு - அட
நமச்சிவாயம் தன் நலமான புரட்டு.

சாத்திரம் என்பது சண்டைச் சரக்கு - அட
சமயங்கள் பகைமை பனைக்கள் இறக்கு
தோத்திரக் குப்பைகள் மூடர்கள் கூச்சல் - எண்ணத்
தொலையாத தர்க்கங்கள் பொய்ஞ் ஞானக் காய்ச்சல்.

செத்தவர்க்காகவே நட்டநடு கற்கள் - பல
தெய்வங்களாம் இவைநச்சுமிழ் பற்கள்.
உய்த்துணரா முன்னம் இயற்கையின் போக்கை - அட
உண்டாக்கினர் சிலர் கடவுளின் நோக்கை

மனிதனுக்கு மேலோரு தெய்வம் இல்லை - இந்த
மானுடம் போலொரு மெய்மையும் இல்லை
மனிதன் இயற்கையின் எதிரொலிச் சின்னம் - உழைப்பு
மனம் இல்லையேல் அவன் விலங்காண்டி இன்னும்

வேதங்கள் ஆவது பேசின பேச்சு - உள
உபநிடதங்கள் அச்சத்தின் மூச்சு
பூதங்கள் ஐந்துக்கு மேல் இல்லை ஒன்று - கூறும்
புராணங்கள் யாவுமே பொய்மையின் குன்று.

"வேத சாஸ்திரக் கும்மி" என்னும் பெயரில் வேதநாயக சாஸ்திரியார் எழுதிய நூலும் சித்தர்களின் மரபுமீறலை மரபாகக் கொண்டு உருவானதே.

இதுவரை நாம் பார்த்த சித்தர்களின், 'மரபு மீறல்கள்' பெரும்பாலும் சைவ சமய எல்லைக்குள் இருந்தே நிகழ்த்தப்பட்டுள்ளன. இதற்கான காரணம் வெளிப்படையானது. சைவம் ஆதிக்கம் செலுத்திய ஒரு சமூகத்தில் மரபு மீறல் என்பது அந்த எல்லைக்குள்தான் நிகழ முடியும்.

கோவில், சிலை, புண்ணிய நீராடல் என்ற சமயம் சார்ந்த செயல்களை மையமாகக்கொண்டு சித்தர்களது எதிர்க்குரல் ஒலித்தாலும், கேள்விக்கு அப்பாற்பட்டவையாகயிருந்த பிராமணியம், துறவறம், வேதம், சாதிய மேலாண்மை ஆகியன குறித்தும் சித்தர்கள் பேசியுள்ளனர். இதன் வாயிலாகப் புதிய மரபொன்றை அவர்கள் உருவாக்கியுள்ளனர். புனிதமானவை,

கேள்விக்கு அப்பாற்பட்டவை என்ற கருத்தியல்களை மிக வெளிப்படையாக அவர்கள் விமர்சித்துள்ளனர். சிவனையும் திருமாலையும் கடவுளாக ஏற்றுக்கொண்டு அவர்களை வழிபட்டு வந்தவர்கள் எந்த எல்லைக்குள் நின்று எதிர்க்குரல் கொடுக்க முடியுமோ அந்த அளவுக்கு அதை மிக அழுத்தமாக வெளிப்படுத்தியுள்ளனர்.

◆